வடசென்னைக்காரி

வடசென்னைக்காரி
ஷாலின் மரிய லாரன்ஸ் (பி. 1983)

எழுத்தாளர், சமூகச் செயற்பாட்டாளர். சொந்த ஊர் சென்னை. கற்றது ஸ்டெல்லா மேரிஸ் கல்லூரி; தகவல் தொழில்நுட்பத் துறையில் பணியாற்றினார். ஆங்கில, தமிழ் நாளிதழ்களிலும் மின்னிதழ்களிலும் தொலைக்காட்சிகளிலும் அரசியல், பெண்ணியம், சமூகம், தலித்தியம், சினிமா, கலை ஆகியவை குறித்து எழுதியும் பேசியும் வருகிறார்.

வன்முறையால் பாதிக்கப்பட்ட தமிழகப் பெண்களுக்குப் பெண்ணியம், தலைமைப் பண்புகள் குறித்த பயிற்சிகளையும் கடந்த ஒன்பது வருடங்களாக அளித்துவருகிறார்.

மின்னஞ்சல் : shalin.maria@gmail.com

ஷாலின் மரிய லாரன்ஸ்

வடசென்னைக்காரி

காலச்சுவடு பதிப்பகம்

அன்பார்ந்த வாசகருக்கு,

வணக்கம்.

காலச்சுவடு நூலை வாங்கியமைக்கு நன்றி.

நூலின் உள்ளடக்கம், உருவாக்கம், அட்டைப்படம் இன்ன பிற அம்சங்கள் பற்றிய உங்கள் கருத்துகளையும் ஆலோசனைகளையும் காலச்சுவடு வரவேற்கிறது. தகவல், எழுத்து, வாக்கியப் பிழைகள் தென்பட்டால் அவசியம் தெரிவித்து உதவுங்கள். நூல் தயாரிப்பில் கடும் குறைபாடு இருப்பின் மாற்றுப் பிரதி உங்களுக்குக் கிடைக்கக் காலச்சுவடு ஏற்பாடு செய்யும்.

மின்னஞ்சல்: **publisher@kalachuvadu.com**

காலச்சுவடு நாகர்கோவில் அலுவலகத்திற்குக் கடிதம் அனுப்பலாம்.

தங்கள்
எஸ்.ஆர். சுந்தரம் (கண்ணன்)
பதிப்பாளர் — நிர்வாக இயக்குநர்

வடசென்னைக்காரி ♦ கட்டுரைகள் ♦ ஆசிரியர்: ஷாலின் மரிய லாரன்ஸ் ♦ © ஷாலின் மரிய லாரன்ஸ் ♦ முதல் பதிப்பு: ஜனவரி 2018 ♦ காலச்சுவடு முதல் பதிப்பு: செப்டம்பர் 2024 ♦ வெளியீடு: காலச்சுவடு பப்ளிகேஷன்ஸ் (பி) லிட்., 669, கே.பி. சாலை, நாகர்கோவில் 629001

காலச்சுவடு பதிப்பக வெளியீடு: 1296

vaTacennaikkaari ♦ Articles ♦ Author: Shalin Maria Lawrence ♦ © Shalin Maria Lawrence ♦ Language: Tamil ♦ First Edition: January 2018 ♦ Kalachuvadu First Edition: September 2024 ♦ Size: Demy 1 x 8 ❖ Paper: 18.6 kg maplitho ♦ Pages: 200

Published by Kalachuvadu Publications Pvt. Ltd., 669 K.P. Road, Nagercoil 629001, India ♦ Phone: 91-4652-278525 ♦ e-mail: publications @kalachuvadu.com ♦ Printed at Print Point Offset Printers, Nagercoil 629001

ISBN: 978-93-6110-627-9

09/2024/S.No. 1296, kcp 5260, 18.6 (1) 9ss

என் பெற்றோர்
ராணி – லாரன்ஸ் இருவருக்கும்
இணையர் மனோஜுக்கும்

சாருநிவேதிதா
எவிடென்ஸ் கதிர்
குமுதம் ஆசிரியர் ப்ரியா
கல்யாணராமன்
ஆகியோருக்கு
மாறா அன்பும் நன்றியும்.

பொருளடக்கம்

	என்னுரை	11
1.	நான் வடசென்னைக்காரி	13
2.	சமோசா எனும் இலுமினாட்டி கடவுள்	18
3.	ஜெய் ஹிந்துக்கு முன்பே தோன்றிய ஜெய் பீம்	23
4.	லுங்கி காவியம்	25
5.	சியர்ஸ் ஜீஸஸ்	29
6.	கால்பந்து எனும் சமூக நீதி	35
7.	எனக்கு லக்ஷ்மியைத் தெரியும்	40
8.	மைசூர் பாக் ஞாபகங்கள்	46
9.	ஜெயலலிதாவின் கடைசி நாள்	49
10.	தாஜ்மஹால்: சில அந்தரங்கக் குறிப்புகள்	52
11.	டாக்டர் அனிதா MBBS	56
12.	சுதந்திரத்தின் நிறம் சிவப்பு	62
13.	மயக்கமா கலக்கமா	67
14.	கலாச்சாரம்	71
15.	எம்ஜிஆரின் போஜனங்கள்	73
16.	சாவு மேளம்	75
17.	மீன்காரி	78
18.	நள்ளிரவின் குழந்தைகள்	82
19.	மாட்டிறைச்சி அசிங்கம் அல்ல	83
20.	ஆண்டான் அடிமை	87
21.	நான் வந்தேறி	90
22.	நம் முன்னோர்கள் ஒன்றும் முட்டாள்கள் இல்லை	93

23.	பிக் பாஸ் எங்களைப் பார்த்துக்கொண்டிருக்கிறார்	96
24.	பச்சைப் பாடம்	99
25.	அழ மறந்த இழவு வீடுகள்	102
26.	ஒதுக்கீடு	104
27.	சாதி தேசத்தின் சாம்பல் பறவை	107
28.	வரலாறு முக்கியம் அமைச்சரே	111
29.	கலாச்சாரத்தைக் கொல்	114
30.	ஸ்லீவ்லெஸ் உடை... அடர் நிற லிப்ஸ்டிக்	117
31.	சாத்தான்	121
32.	புரசைவாக்கத்தில் இயேசு	122
33.	புரியாத புதிர்	125
34.	முதல் குடிமகன்	129
35.	மாதவிடாய் ஆண்	131
36.	"அம்மம்மா காற்று வந்து ஆடை தொட்டுப் பாடும்"	135
37.	Nehru - The Charming Anti-National	138
38.	நிறம் மாறிய பறவைகள்	141
39.	ஏவாளாகிய நான்...	144
40.	கல்லறைத் திருநாள்	146
41.	நான் வைரங்கள் அணிவதில்லை	148
42.	சிங்காரச் சென்னையும் நவீன இனஅழிப்பும்..!	153
43.	அபூர்வ ராகங்கள்	159
44.	இசைக்கு யார் ஓனர்?	162
45.	ஷேக்ஸ்பியர் சொன்ன பொய்	169
46.	அம்பேத்கர் வாங்கிய கடன்	172
47.	சிலை அரசியல்	174
48.	பதினோராம் கட்டளை	177
49.	ரோகித் வெமுலாக்கள் வாழும் வல்லரசு	180
50.	எனக்குச் சில ஜாலிகளைத் தெரியும்	184
51.	34 வயதினிலே	186
52.	நடராசன் – தாளமுத்து	193
53.	யார் சிறந்த தலைவர்?	196

என்னுரை

ஊர் என்பது செங்கல் அல்ல, சுவர் அல்ல, கோட்டை அல்ல, கட்டிடங்கள் அல்ல, சாலைகள் அல்ல, தேதியல்ல, பெயர்கள் அல்ல.

ஊர் என்பது மண், மனிதர்கள், உணர்வுகள், மூச்சு, வியர்வை, ரத்தம், சிந்தனை, உழைப்பு என்று ஒரு சாராருக்குத் திரும்பத் திரும்பச் சொல்லிக் கொண்டே இருக்க வேண்டியிருக்கிறது.

மெட்ராஸ் என்பது ஆங்கிலேயர்கள் விட்டுச் சென்ற மிச்சமல்ல என்று ஒருசாராருக்குச் சொல்லிக் கொண்டிருக்க வேண்டியிருக்கிறது.

வடசென்னை என்கிற பூமி அன்பானது, அழகானது, வீரம் செறிந்தது, தன்மானம் நிறைந்தது, அது அன்னையின் வாஞ்சையுடன் இரு கை நீட்டிப் புலம்பெயர்ந்தவர்களை அள்ளிக்கொள்கிறது என்று அவர்களுக்குத் திரும்பத் திரும்ப நினைவுபடுத்திக் கொண்டிருக்க வேண்டியிருக்கிறது.

உனக்கொரு ஊர் இருப்பதுபோல் எனக்கும் இது பிறந்த மண், என் மூதாதைக் கிழவியின் விடாய் ரத்தம் விழுந்து செழித்த என் பூர்வகுடி நிலம், என் சொந்த நிலம், என்னை இங்கே அந்நியமாய் ஆக்காதே என்று கோபத்துடன் மீண்டும்மீண்டும் பற்களைக் கடித்துக்கொண்டு கத்திச் சொல்ல வேண்டியிருக்கிறது.

உனக்கொரு வரலாறு இருக்கிறது. உன் சேரிக்கு அபாரமான வரலாறு இருக்கிறது. உன்

உணவிற்கும் உன் காதலுக்கும் உன் வாழ்வியலுக்கும் பின்னே படையெடுப்புகளை நீ வெற்றிகொண்ட கதைகள் இருக்கின்றன. துரைமார்கள் உன்னோடு கலந்த வரலாற்றுச் சுவடுகள் இருக்கின்றன. சுயமரியாதைக்கார்கள் உன்னிடம் அடைக்கலம் புகுந்த கதைகள் இருக்கின்றன. நீ அவர்களுக்குச் சொல்லிக் கொடுத்த பாடங்களை நீயே மறந்துபோன சோகங்களும் இருக்கின்றன. அரசியல் உன்னைக் கொஞ்சம் கொஞ்சமாக விழுங்கிக்கொண்டு, உன் அடையாளத்தை அழித்துக்கொண்டு இருக்கும் இந்த நிழல் காலமும் இருக்கிறது. அத்தனை பிரச்சினைகளுக்கும் நடுவில் கொஞ்சம் மது, கொஞ்சம் வினிகர் கலந்த மாட்டிறைச்சித் தொக்கு, அதைத் தொட்டுக்கொள்ள பிரட் துண்டுகள், உற்சாகம் பெருக்கெடுக்கப் பறையும் இசையும், இளைப்பாறிக்கொள்ள ஏசப்பாவும், நாளையைப் பலத்துடன் எதிர்கொள்ள உன் நெஞ்சுரமும் இருக்கின்றன என்று எனக்கு நானே திரும்பத் திரும்பச் சொல்லிக்கொள்ள வேண்டியிருக்கிறது.

இதையெல்லாம் என் கொள்ளுப்பாட்டி அம்மணி ஆயா சுருட்டுப் பிடித்துக்கொண்டே எப்படிச் சொல்லி இருப்பாரோ, அப்படிதான் நானும் பேனாவைப் பிடித்துச் சொல்லியிருக்கிறேன். பெண் சொல் நிற்கும்.

வடசென்னைக்காரியின் சொல் இன்னும் வீரியமாகச் செயல்படும்.

சென்னை **ஷாலின் மரிய லாரன்ஸ்**
19.08.2024

1

நான் வடசென்னைக்காரி

“ஷாலின் நீ எந்த ஏரியா?” என்னிடம் அடிக்கடி கேட்கப்படும் கேள்வி. அதற்கு நான் “புரசைவாக்கம்” என்று சொல்லி முடிக்கும் முன்னே உடனடியாக ஏளனத்துடன் என்னை நோக்கித் தொடுக்கப்படும் கேள்வி ‘அய்ய நார்த் மெட்ராஸா!’

“சரியா சொன்னா புரசைவாக்கம் மத்திய சென்னைதான். ஒரு பேச்சுக்கு வடசென்னை யினே வச்சிப்போம். ஆனா வடசென்னைனா ஏன் இவ்வளோ கிண்டல்” என்று நான் கேட்டு முடித்த அடுத்த தருணம் வரும் பதில் *“North madras is dirty ya,* வடசென்னைல ரௌடிசம் ஜாஸ்திபா.”

இப்படிப் பேசும் ஒவ்வொருவரும் வடசென்னை சென்றிருக்கிறார்களா என்று பார்த்தால் பத்தில் ஏழு பேரிடமிருந்து இல்லை என்கிற பதில் வரும். ஏதோ செவி வழிச் செய்தியாக, ஊடகங்கள், சினிமா வாயிலாக இவர்கள் கண்டு, கேட்டவைதான் வடசென்னை பற்றிய இவர்களது மேற்கூறிய அபிப்ராயங்கள். பல நேரங்களில் இவர்களைப் பார்த்தால் சிரிப்பதா இல்லை அழுவதா என்றாகி விடுகிறது எனக்கு.

சென்னையின் முக்கியமான பல பகுதிகளை விடவும் வரலாற்றில் செழித்து நிற்கிறது வட சென்னை. ‘கருப்பர் நகரம்’ என்று ஆங்கிலேயர் களால் அழைக்கப்பட்ட வடசென்னை தமிழர் களால் சரியாகத் தெரிந்துகொள்ளப்படாமலும், புரிந்துகொள்ளப்படாமலும் அதன் மக்களைப் போலவே இன்றும் புறக்கணிக்கப்பட்டுவருகிறது.

வியாசர்பாடி, பெரம்பூர், வேப்பேரி, புரசைவாக்கம், சூளை, பாரிமுனை, சௌகார்பேட், அயனாவரம் என்று வந்தாரை வாழவைக்கத் தன் கதவுகளை முதலில் திறந்துவிட்டது வடசென்னைதான். அப்படிப்பட்ட கலாச்சாரக் குவியல்களை அடக்கியிருக்கும் வடசென்னையில் சுவாரஸ்யமான மனிதர்களுக்கும், விஷயங்களுக்கும் துளிகூடப் பஞ்சமில்லை. குறிப்பாகச் சொல்லப்போனால் பெரம்பூரின் தொடக்கத்தில் பேப்பர் மில்ஸ் சாலையின் நடுவில் அமைந்துள்ள பாக்ஸன் தெரு *(Foxen Street.)*

பாக்ஸன் தெரு வெறும் தெரு அல்ல. அது ஒரு கனவு வாழ்க்கையின் நுழைவாயில். ஒரு தெருவும் அதைச் சார்ந்துள்ள கிளைத் தெருக்களும் ஒன்றிணைந்து 'பாக்ஸன் தெரு' என்று செல்லமாய் அழைக்கப்படுகிறது, நான் இன்னும்கூடச் செல்லமாய் அதை 'லிட்டில் கோவா' என்றே அழைக்க விரும்புகின்றேன்.

அப்படி என்னதான் இருக்கிறது அந்தக் குறுகிய, வெப்பமேறிய சந்துகளில்?

இந்தியாவில் வேறு எங்குமே பார்க்க முடியாத அளவில் ஆங்கிலோ இந்தியச் சமூகம் 150 வருடங்களுக்கும் மேலாக இன்னும் அவர்களின் பாரம்பரியம் மாறாமல் வாழ்ந்து வருவது இங்கேதான் என்பதே இதன் சிறப்பு. ஆங்கிலேயர்கள் இந்தியாவை விட்டு வெளியேறிவிட்டார்கள் என்று நினைத்துக் கொண்டிருக்கும் பலரும் இங்கே நுழைந்த நொடி நிச்சயம் அதிர்ந்தே போவார்கள். சுமார் 2000க்கும் மேற்பட்ட ஆங்கிலோ இந்தியக் குடும்பங்கள் இந்தப் பகுதியில் அவர்களின் வாழ்வியல் மணம் மாறாமல் வாழ்ந்துவருவது பல பச்சைத் தமிழர்களுக்கு இடியாக அமையும் என்பதில் ஆச்சரியமில்லை.

சரியாக 1856ஆம் ஆண்டு பெரம்பூர் லோகோ ஒர்க்ஸ் தொடங்கப்பட்டது முதலே இங்கு வந்து வசிக்க ஆரம்பித்த ஆங்கிலேயர்களுக்கும் இங்கே இருந்த பூர்வகுடிகளுக்குமான காதல், திருமண பந்தங்களிலிருந்து உருவானதுதான் இந்த ஆங்கிலோ இந்தியச் சமூகம். அன்று தொடங்கிய காதல் மழை இன்னும் இந்தத் தெருக்களில் விடாமல் பெய்துகொண்டிருப்பதே இதன் சிறப்பு.

பாக்ஸன் தெருவின் குறுகிய சந்துகளில் நுழைந்ததும் நம்மை வரவேற்பது 'பாம்பே ஸ்டை'லில் கட்டப்பட்ட வீடுகளும் காலனிகளும். இங்கு எல்லா வீட்டுக் கதவுகளும் திறந்தே இருக்கும். தாழ்வாரங்களில் அழகான பூ வேலைப்பாடுகள் பொதிந்த துணிகளால் மூடப்பட்ட மேசைகள், அதன் மேல்

14 ஷாலின் மரிய லாரன்ஸ்

பூச்சாடிகள். அப்படியே இன்னும் உள்ளே சென்றால் வயதான பெண்கள் முழங்கால்வரையிலான 'கவுன்கள்' அணிந்து நேர்த்தியான ஒப்பனையுடன் காணப்படுவார்கள். மற்றொரு பக்கம் இளம் பெண்கள் குட்டைப் பாவாடை, ஷார்ட்ஸ் சகிதம் ரசனையாகக் காட்சியளிப்பார்கள். நமது கலாச்சாரக் காவலர்கள் உள்ளே சென்றால் அவர்களின் முகம் செல்லும் போக்கை என்னால் நினைத்துக்கூடப் பார்க்க முடியவில்லை.

தெருக்கள் முழுவதும் ஆங்கிலோ இந்தியப் பெண்கள் தங்கள் வீடுகளில் செய்யும் 'பீப் விந்தாலு', பீப் *steak* போன்ற மாட்டிறைச்சிப் பண்டங்களை அவர்களின் ஆண்கள் கடைகளில் சப்பாத்தியோடு விற்பனை செய்கிறார்கள், அவற்றை உண்பதற்குச் சென்னையின் பல பகுதிகளிலிருந்தும் இளைஞர்கள் இரவு முழுவதும் வந்தவண்ணம் இருப்பார்கள். அதன் சுவை அப்படி இருக்கும். நானே பல முறை ஆங்கிலோ இந்திய பாணியில் செய்த பருப்புக் கூட்டுக்காகவும், பீப் வறுவல்களுக்காகவும் காத்துக்கொண்டிருந்திருக்கிறேன். அந்த நொடிகளில் காணக் கிடைக்கும் காட்சிகள் அபாரமாக இருக்கும்.

குறிப்பாக, இன்னும் அமெரிக்காவின் ஒரு பகுதியில் வாழ்வதாகத் தங்களை நினைத்துக்கொண்டு தலைமுடியைக் கலர் செய்து காதுகளில் கம்மல் மாட்டிக்கொண்டு அரை குறை ஆங்கிலம் பேசும் இளைஞர்கள், பூ போட்ட சாட்டின் சட்டை போட்டுக்கொண்டு கையில் சிகரெட்டைப் பற்றவைத்தபடி சைக்கிளில் ஸ்டைலாகப் பெண்களை அருவருப்பு இல்லாத விதத்தில் *what child looking beautiful today* என்று கிண்டல் செய்து சுற்றிவரும் மத்திய வயது ஆண்கள், நடுத்தெருவில் நின்றுகொண்டு ஆங்கிலோ இந்தியத் தமிழில் "நீ இங்க இன்னா கயிற்ற மேன், ஊட்டுக்குப் போ" என்று சண்டைப் போட்டுக்கொண்டிருக்கும் கலப்புத் திருமணத் தம்பதியினர் என்று சுவாரஸ்யத்திற்குத் துளியும் பஞ்சமிருக்காது (*Child* இது இவர்கள் கிண்டலாகப் பேசிக்கொள்ள உபயோகிக்கும் சொல்).

பாக்ஸன் தெரு எல்லாவற்றிற்கும் மேலே ஒரு விஷயத்திற்குப் பேர்போனது. அது 'ஹோம் மேட்' வைன். அங்கு எல்லோர் வீட்டிலும் செய்து பரவலாக விற்பனைக்கு இருக்கும். பொதுவாக 100 ரூபாயிலிருந்து 150 ரூபாய் வரை ஒரு லிட்டருக்கு வசூலிக்கிறார்கள். எந்தப் பொருளாதாரப் பின்னணி இருந்தாலும் இந்த வைனைப் பாரம்பரியமாகச் செய்துவருகிறார்கள். பழைய விஸ்கி, பிராண்டி பாட்டில்களில் அடைத்து விற்கப்படும் வைன்கள் மற்ற சமூகத்தினரிடையே மிகப் பிரபலம். நான்கு பிளாஸ்டிக் பக்கெட், ஒரு செராமிக் குடுவை, இரண்டு ரப்பர் பைப்புகள் இவையே இந்த வைன் செய்யத் தேவையான முக்கிய

உபகரணங்கள். ஒருமுறை இந்த வைன் செய்முறையைக் கற்றுக் கொள்ள வீடு வீடாகச் சென்று அனைவரிடமும் பழகிப்போய் ஒவ்வொரு வீட்டிலிருந்தும் ஒரு உணவுப் பண்டத்தையும், வாசனைத் திரவியத்தையும் அன்பாகப் பெற்றுவந்தேன். சில பேருக்கு அன்பு செய்வது எவ்வளவு எளிமையான விஷயமாக இருக்கிறது? இவர்கள் தங்கள் மேல் அடிக்கடி பூசிக்கொள்ளும் வெளிநாட்டு வாசனைத் திரவியம் போல் அன்பையும் பூசிக்கொள்கிறார்கள்.

வீடுகளைக் கடந்து போகும்போது பீத்தோவனும், பாப் டிலோனும் காதுகளில் விழுவதைத் தவிர்க்க முடியாது. சனிக்கிழமை இரவுகளில் மொட்டைமாடிகளில் தவறாமல் உற்சாகப் பானத்துடன், *DJ* சகிதமாக நடக்கும் பார்ட்டிகளுக்கு பாக்ஸன் தெரு பிரபலம்.

இங்கு காணப்படும் இன்னொரு நல்ல விஷயம், பெரும்பாலான வீடுகளில் குடும்பத் தலைவர்களாகப் பெண்களே இருக்கிறார்கள். முக்கிய முடிவுகளையும் பெண்களே எடுக்கிறார்கள். குழந்தைகளைப் பார்த்துக்கொள்வது, சமைப்பது, பாத்திரம் கழுவுவது என்று வீட்டு வேலைகளை ஆண் பெண் இருவரும் சமமாகச் செய்கிறார்கள். நமக்கு இன்னும்கூட அந்நியமாக இருக்கும் *'House husband'* கலாச்சாரம் இவர்களுக்குள் பரவலாகக் காணப்படுகிறது. மனைவிகள் வேலைக்குச் செல்ல, ஆண்கள் வீட்டைப் பராமரித்துக்கொண்டு குழந்தைகளை இடுப்பில் வைத்துக்கொண்டு சுற்றுவதைப் பார்ப்பதற்கு அவ்வளவு இனிமையாக இருக்கிறது.

போகிற போக்கில் ரோஜர் அங்கிளிடம், *"What uncle, what's today menu"* என்று கேட்டால், *"I ate pepper* வாட்டர் (ரசம்)*, chicken roast, come eat daughter"* என்று வாஞ்சையோடு அழைப்பார்.

பெண் சுதந்திரம், பெண் முன்னேற்றம் ஆகியவை இவர்களிடம் பல வருடங்களாக ஊறியிருக்கின்றன. இப்பொழுதுகூட வெளியே காற்று வாங்க உட்கார்ந்திருக்கும் ரோஸி பாட்டியைக் கேட்டால் 50 வருடம் முன்பு *'parry'* கம்பெனியில் காரியதரிசியாக இருந்த கதையைக் கூறுவார். பெண்கள் அனைவரும் வேலைக்குப் போய் சம்பாதிப்பதைக் குறிக்கோளாக வைத்திருக்கிறார்கள். சில பேர் பத்தாம் வகுப்பு வரையே படித்தாலும் தங்கள் ஆங்கில அறிவால் இளம் வயதிலேயே வேலைக்குச் சென்று சொந்தக் காலில் நின்று அப்படியே தொலைதூரக் கல்வி முறையில் மேற்படிப்பு படிக்கிறார்கள். இளம் பருவத்திலேயே பெற்றவர்களுக்குப் பாரமாக இல்லாமல், ஆண் பெண் இருபாலரும் தங்கள்

வாழ்க்கையைப் பொருளாதார ரீதியாக முன்னெடுத்துச் செல்கிறார்கள். ஒருகாலத்தில் காரியதரிசிகளாகவும், ஹோட்டல்களில் மேலாளர்களாகவும், நட்சத்திர ஹோட்டல்களில் பார்களில் பாடுபவர்களாகவும் இசை அமைப்பாளர்களிடம் வாத்தியக் கலைஞர்களாகவும் சொகுசுக் கப்பல்களில் வேலை செய்பவர்களாகவும் மட்டுமே இருந்தவர்கள் இன்று பல்வேறு பணிகளில் சிறப்பாக மிளிர்கிறார்கள்.

இவர்களின் பிரத்யேகமான ஆங்கில அறிவும் இசையிலும் பிற கலைகளிலும் இருக்கும் ஆர்வமும் இவர்களுக்கு வேலைவாய்ப்பு கிடைப்பதை எளிதாக்கியிருக்கின்றன.

படத் தொகுப்பாளர் ஆன்டனி, நடிகை ஆண்ட்ரியா என்று இங்கிருந்து வந்த சினிமா, தொலைக்காட்சிப் பிரபலங்கள் ஏராளம்.

இந்தச் சமூகத்தில் எனக்கு மிகப் பிடித்த விஷயம் பெண்கள் எவ்வளவு சுதந்திரமாக இருக்கிறார்களோ அவ்வளவு பாதுகாப்புடனும் இருக்கிறார்கள். தமிழ்ச் சமுதாயம் இவர்களிடம் கற்றுக்கொள்ள வாழ்வியல் பாடங்கள் நிறைய உள்ளன. ஆனால் நம்மிடையே உள்ள பல்வேறு சமூகங்கள் பற்றிய அறிவும், அவர்களின் வாழ்வியல் பற்றிய தெளிவும் இல்லாமல் ஏதோ ஒரு கலாச்சாரத்தை மட்டுமே உயர்த்திப் பிடித்துக் கொண்டு மற்றவரிடமிருந்து கற்க வேண்டிய நல்லவற்றைக் கற்காமல் கோட்டை விடுவதே பெரும்பாலானோருக்கு இங்கு பழகிவிட்டது.

சென்னை இதுபோல் இன்னும் பல அற்புத உலகங்களை உள்ளடக்கியுள்ளது. அந்த உலகங்களைப் பற்றித் தெரிந்து கொள்ளாமல் அவற்றைக் கீழ்த்தரமாகச் சித்தரிப்பது பரிணாம வளர்ச்சியில் பலர் இன்னும் முன்னேறாமல் இருப்பதையே உணர்த்துகிறது.

குமுதம், 27-04-2017

2

சமோசா எனும் இலுமினாட்டி கடவுள்

வடசென்னையின் ஸ்ட்ராஹன்ஸ் ரோட்டில் இந்தியாவின் முதல் தொழிற்சங்கம் உள்ளது. திரு.வி.க. இங்கிருந்துதான் தன் பணிகளை 1918ஆம் ஆண்டிலிருந்து மேற்கொண்டார்.

இந்தக் கட்டிடத்திற்குச் சரியாக 30 அடி தள்ளி இருக்கிறது மகாலட்சுமி தியேட்டர். அந்தக் காலத்தில் மிகவும் பிரசித்தி பெற்ற திரையரங்கம். எம்.ஜி.ஆர். படங்களுக்குப் பேர்போனது. பழமை யான சுண்ணாம்புக் கட்டிடம். இரும்புக் கதவு கொண்ட கோட்டை போன்றதொரு தோற்றத்தைக் கொடுக்கும். சாமிப்படங்களும் பேய்ப் படங்களும் ஃபுல் ஷோ ஓடும்.

ஒவ்வொரு முறையும் இந்த வகைப் படங்கள் திரையிடப்படும்போது அரங்கின் உள்ளே நான்கு மூலைகளிலும் ஆண்கள் தட்டு, கற்பூரம், விபூதியோடு நிற்பார்கள். எனக்கு நன்றாக ஞாபகம் இருக்கிறது. 'ஜமீன் கோட்டை' என்றொரு படம். க்ளைமாக்ஸில் அம்மன் பாடலுக்குப் பெண்கள் சரமாரியாகச் சாமி ஆட, விபூதி கொட்டி சூடம் காட்டி, கற்பூரம் அவர்களின் வாயில் திணிக்கப்பட்டது. 'கரகாட்டக்காரன்' படத்தில் கடைசியில் வரும் 'மாரியம்மா' பாட்டிற்கும் இதே நிலைமைதான். இருட்டு அறையில் பாடல் அலற, பெண்கள் தலைவிரி கோலமாய் ஆட, தாறுமாறு த்ரில்லிங் அனுபவம் அது!

சரி விஷயத்திற்கு வருவோம்.

நொறுக்குத்தீனி வியாபாரத்திற்காகத் திரையரங்குகள் படங்களை ஓட்டிக்கொண்டிருக்கும் காலத்தில், படங்களை ரசிப்பதற்காக நொறுக்குத் தீனி விற்கப்பட்ட காலங்கள் அவை. வீட்டிலிருந்தே பட்டன் முறுக்கும் அதிரசமும் எடுத்துச் செல்வோம். அதற்கும் மேல் இன்டர்வெலை அதிகமாய் எதிர்பார்த்தது அந்த இரண்டு ரூபாய் பாப்கார்ன். (பாப்கார்ன் என்றால் பாப்கார்ன்தான். சீஸ், கேரமல் போன்ற அலட்டல் இல்லாத, சாதாரண மெல்லிய பிளாஸ்டிக் கவரில் அடக்கப்பட்ட பாப்கார்ன்.) பின்பு பிங்க், டிஸ்டம்பர் பச்சை ஆகிய நிறங்களில் கிடைக்கும் கோன் ஐஸ்கிரீம். இப்போது கிடைக்கும் பற்பசை போல் வழவழா கொழகொழா ஐஸ்கிரீம்கள் போல் இல்லாது, கொஞ்சம் நறநறவென்று, ஆனால் மிகுந்த சுவையுடன் இருக்கும். ஐஸ்கிரீமைத் தாங்கியிருக்கும் அந்தக் கோன் உருகும் ஐஸ்கிரீமின் ஈரத்தில் நனைந்து குழைந்துவிடாமல் ஏசி இல்லாத திரையரங்கில் அவசர அவசரமாகச் சாப்பிட்டு முடிப்பதுதான் அந்தக் காலத்தில் சாகச அனுபவம்.

ஐஸ்கிரீம் சாப்பிட்டு முடித்துக் கொஞ்சம் ஆசுவாசப் படுத்திக்கொண்ட வேளையில் வெள்ளை சட்டை, முட்டிக்கு மேல் அணிந்த வெள்ளை வேட்டி, வெள்ளை தலைப்பாகைக் கட்டோடு ஒரு தாத்தா வருவார். கையில் பெரிய தகரப்பெட்டி. எண்ணெய்க் கடைகளில் காணப்படுமே அந்த வகை. அதன் மேல் சதுர சதுரமாகக் கிழிக்கப்பட்ட தினத்தந்தி, மாலைமலர் தினசரி பக்கங்கள்.

சம்சா. . .

பொதுவாகச் "சமோசாக்கள்" எங்களுக்கு அறிமுகம் ஆனது பின்னர்தான். வடசென்னைப் பகுதிகளில் முதலில் தோன்றியது "சம்சாதான்". இஸ்லாமியர்கள் அதிகம் வாழும் பகுதி அது என்பதால் அவர்கள் வழிவந்த "சம்சாக்கள்தான்" எங்களுக்கு முதல் அறிமுகம். அந்த வெள்ளை உடை தலைப்பாக்கட்டி தாத்தாவின் தகரப் பெட்டகத்தில் அந்தச் சம்சாக்களின் ராஜ்ஜியம்தான். அந்தப் பெட்டகத்திலிருந்து எழும் அந்தச் சூடான வாசனை போல் இன்னுமொரு வாசனையை எந்த நட்சத்திர உணவகத்திலும் என் நாசி உணர்ந்ததில்லை. அப்படி ஒரு வாசனை. அந்தச் சம்சாக்களின் மேலே எண்ணெயில் பொறித்த கருவேப்பிலை இலைகள் தூவியிருக்கும். ஒரு சம்சா விலை ஒரு ரூபாய் என்று நினைக்கிறன்.

நவீன சமோசாக்களின் மென்தோல் போலில்லாமல் சம்சாவின் வெளித் தோல் கடினமாக இருக்கும். உள்ளிருந்து

அந்த வதங்கிய நீளமாக வெட்டப்பட்ட வெங்காயத்தின் மணம் ஒரு விதக் கிளர்ச்சியை ஏற்படுத்தக்கூடியதாய் இருக்கும். அதன் பின்னே அந்த வாசனையை முகர்ந்துகொண்டே வாயில் எச்சில் ஊற அந்தச் சம்சாவின் கடினமான தோலை எலும்பு கடிப்பதைப் போல பிடித்து இழுத்துக் கவ்வினால் உள்ளிருக்கும் அதிகம் வறுக்கப்படாத, சற்றே பச்சையாக இருக்கும் மென்மை யான வெங்காயம் சற்றே இனிப்புச் சுவையுடன் நம்மை வரவேற்கும். அடுத்த கடி கொஞ்சம் எளிமையாய் இருக்க, வாயில் ஒரு பெரும் பகுதி சிக்கிக்கொள்ள, யாரும் பார்க்காதவண்ணம் அந்தச் சம்சாவை வாயை மூடிக்கொண்டே மென்று முடிப்பது சுகானுபவம். உள்ளே வெங்காயம் தவிர மசாலா பொருள் ஒன்றும் இருக்காது. ஆனாலும் அப்படி ஒரு சுவை எப்படி சாத்தியம் என்று அநேக நாட்கள் யோசித்திருக்கிறேன். அந்தச் சம்சாவினுள் இருந்த பூரணம் கடவுளுக்கு ஒப்பாயிருந்தது. கடவுளின் இருப்பின் கேள்விக்கான பதில் அந்தச் சம்சாவில் இருந்தது. அந்த சம்சாவை உண்ணுவது என்னைப் பொறுத்த வரையில் தீவிர ஆன்மீக அனுபவமாக இருந்தது.

இன்றும் இதேபோன்ற ஒரு ஆன்மீக அனுபவம் பெற ஒரு வழி உள்ளது. உருது மொழியில் 'ஜன்னத்' என்று ஒரு சொல் இருக்கிறது. அச்சொல்லின் அர்த்தம் "சொர்க்கம்" என்பதாகும். சரியாகச் சாயங்காலம் 4 மணிக்கு ஒரு தூக்கு எடுத்துக்கொண்டு மவுண்ட் ரோடு தர்கா எதிரே இருக்கும் புஹாரி ஹோட்டலுக்குச் சென்றால் மட்டன் சமோசா என்கிற ஒரு அதிசய பண்டம் கிடைக்கும். மொறுமொறுவென உள்ளே கொந்திய ஆட்டுக்கறியின் ருசி இருக்கும். ஆனால் கறி கண்ணுக்குத் தெரியாது.

அந்தச் சமோசாவில் நான்கைத் தின்றுவிட்டு அங்கேயே பிரசித்திபெற்ற புஹாரியின் ஏலக்காய் டீயை சுர்ர்ர். . . என்று உறிஞ்சினால் அங்கே வாய்க்கும் ஆன்மீக அனுபவத்திற்குப் பெயர் 'ஜன்னத்.'

தள்ளுவண்டி

சாயங்காலங்களுக்குப் பேர்போன சென்னைக்குப் பம்பாய் ஹீரோயின்களின் வரவு போல் 90களின் தொடக்கத்தில் எங்கு பார்த்தாலும் தள்ளுவண்டி சமோசாக் கடைகள் முளைத்தன. வடசென்னையைப் பொறுத்தவரை 90களின் தொடக்கத்தில் சௌகார்ப் பேட்டையைத் தாண்டி வட இந்தியர்கள், குறிப்பாக சேட்டுகள் எல்லா இடங்களிலும் பரவிக்கொண்டிருந்த காலம் அது. குட்டிக் குட்டியாய் பழைய எண்ணெயில் முக்கிப் பொரித்த சமோசாக்கள். மெல்லிய தோல்,

உள்ளே வெங்காயம், பச்சை மிளகாய், சிலசமயம் பட்டாணி, ஓமம் என்று பட்டித் தொட்டி எங்கும் பட்டையைக் கிளப்பின கவர்ச்சி சமோசாக்கள். அவற்றை ஊறவைத்துச் சாப்பிட ஒரு பக்கம் சுடச்சுட பட்டாணிக் குழம்பு. இந்தப் பண்டங்களின் உபயத்தால் வட இந்தியர்களும், தமிழர்களும் ரோட்டோர சமபந்தியில் அளவளாவிக்கொண்டார்கள், தொழில் பேசினார்கள், வீடுகளை வாடகைக்கு விட்டுக் கொண்டார்கள், ஜமிக்கி வைத்த புடவையை விற்க ஆரம்பித்தார்கள்.

1998

The year of Onion (வெங்காய வருடம்)

உரிக்க உரிக்க ஒன்றுமில்லாத வெங்காயம், *90* சதவிகிதம் நீரை மட்டுமே அடிப்படைப் பொருளாகக்கொண்ட வெங்காயம், இந்தியாவை ஆட்டிவைத்த வருடம் அது. வெங்காய விலையேற்றதால் பாஜக படுதோல்வியைச் சந்தித்த வருடம் அது. அந்த வருடம் காங்கிரசோடு கூட்டணி வைத்தது வெங்காயம்தான்.

இப்படிப்பட்ட விலையேற்றம் தமிழ்நாட்டில் சமோசாக்களின் வரலாற்றைத் திருப்பிப் போட்டது. முதல் முறையாகச் சமோசாக்களின் உள்ளே வெங்காயத்திற்குப் பதிலாக முட்டைக்கோஸ் திணிக்கப்படும் அவல நிலை உருவானது. சமோசாப் பிரியர்கள் இடிந்துபோனார்கள். உணர்வுமிக்க வெங்காயத்திற்குப் பதிலாக முட்டைக் கோஸைப் பயன்படுத்திய மாபாதகச் செயல், 'அன்பே வா' படத்தில் எம்ஜியாருக்குப் பதிலாக ஏவிஎம் ராஜனை நடிக்கவைத்ததற்கு ஒப்பாகயிருந்தது.

Never. . . என்று 'தெய்வமகன்' சிவாஜி போல் அலறி ஓடினார்கள் சமோசா வெறியர்கள். . .

அன்று சமோசா சாப்பிடுவதை நிறுத்திக்கொண்டேன். ஆனால் இன்று வெங்காய விலை குறைந்தாலும் அக்கிரமக் காரர்கள் வெங்காயத்தோடு முட்டைக்கோஸை எப்படியாவது கலந்துவிடுகிறார்கள், சென்னைவாசிகளிடையே கலந்த வட இந்தியர்களைப் போல.

மாரடைப்பு சமோசா. . .

*90*களின் கடைசியில் சமோசாக்களின் ராஜ்ஜியத்தைப் படையெடுத்து வெற்றிகொண்டது, 'தில்லி ஸ்டைல்' என்று அழைக்கப்பட்ட குண்டு சமோசாதான் அது.

அந்தச் சமோசா ஒரு நேர்முகக் குறியீடு.

அதை உண்டால் நாம் எப்படி ஆகித்தொலைப்போம் என்கிற ஒரு முன்னெச்சரிக்கைத் தோற்றத்தைக் கொண்டது அது. ஒரு ரூபாய் சம்சாக்களைப் போல் இல்லாமல் கொஞ்சம் வசதி வாய்ப்போடு இருந்தவை இந்தச் சமோசாக்கள்.

கொழுகொழு தேகம், உருளைக் கிழங்கு, பட்டாணி, சற்றே வசதி இருந்தால் வேர்க்கடலையோ இல்லை முந்திரிப் பருப்போ அடக்கிய சிரிக்கும் புத்தர்கள் அவை.

ஆசைப்பட்டு அதைத் தின்று தொலைத்தால், இரவில் ஒரு ராட்சச சமோசா துரத்திவருவது போல் கனவு வந்து பயமுறுத்தும்.

ஒரே நேரத்தில் கடவுளாகவும், சைத்தானாகவும் இருக்கப் பெற்ற சமோசாக்கள் பற்றி ஏதேனும் அரேபியக் கதை இருக்க வாய்ப்பு அதிகம்.

முக்கோண வடிவில் இருக்கும் அவை இலுமினாட்டி பண்டமாகக்கூட இருக்கக்கூடிய சாத்தியக்கூறுகள் உள்ளன.

சமோசாக்களை முப்பாட்டன் உணவு என்று சொல்லிக் கூட ஒரு பகுதியினர் கொண்டாடலாம்.

மொத்தத்தில் சமோசா – கடவுள்.

3

ஜெய் ஹிந்துக்கு முன்பே தோன்றிய ஜெய் பீம்

ஆண்டு 1818 ஜனவரி 1, பிரிட்டிஷ் படையினருக்கும் மராத்தியப் படையைச் சேர்ந்த பேஷ்வா என்கிற ஆதிக்கச் சாதிப் படையினருக்கு மிடையே ஒரு பெரும் போர் நடக்கிறது. "பீம்" ஆற்றின் ஒரு கரைக்கும் மறுகரைக்கும் நடுவில் நடக்கும் அந்தப் போரின் பெயர் "கோரேகான் போர்."

இந்தப் போரின் முக்கியத்துவம்...

தீண்டத்தகாதவர்கள் என்று கருதப்பட்ட, இழிவாக நடத்தப்பட்ட 'மஹர்' இன சிப்பாய்கள் முதல்முறையாக மராத்தியர்கள் பக்கம் நின்று போரிடாமல், பிரிட்டிஷ் படையினருடன் சேர்ந்து பேஷ்வாக்களுக்கு எதிராகப் போரிட்டார்கள். பீம் ஆற்றின் ஒரு கரையிலிருந்து மறுகரைக்குச் செல்ல மஹர் சிப்பாய்கள் ஆற்றைக் கடக்கும்போது எழுப்பிய போர் முழக்கம்தான் "ஜெய் பீம்."

28000 பேர் கொண்ட மராத்தியப் படையை வெறும் 800 மஹர் சிப்பாய்கள் கொண்ட பிரிட்டிஷ் படை வீழ்த்திப் போரில் வெற்றிகொண்டது.

இந்தப் போர் தலித்துக்கள் செய்த முதல் போர் புரட்சியாகக் கருதப்படுகிறது.

இதில் பிரிட்டிஷ் படையின் சார்பில் 49 பேர் கொல்லப்பட்டனர். அதில் 22 பேர் மஹர்

சிப்பாய்கள். அவர்களது பெயர்கள் பொறிக்கப்பட்ட ஒரு போர் நினைவுத் தூண் புனேயில் இருக்கிறது.

புரட்சியாளார் பாபாசாஹிப் அண்ணல் அம்பேத்கர் அவர்கள் அந்த நினைவிடத்திற்கு 1927 ஜனவரி 1 அன்று முதல் முறை சென்று பார்த்து அஞ்சலி செலுத்தினார். “ஜெய் பீம்” என்று முழங்கினார்.

அன்று முதல் பெரும்பாலான தலித்துக்கள் ஒவ்வொரு வருடமும் புத்தாண்டை இந்த நினைவிடத்தில் கொண்டாடுகிறார்கள்.

1936ஆம் ஆண்டுமுதல் சுதந்திரத் தொழிலாளர் கட்சி (Independent Labour Party), பாபாசாஹிப் அம்பேத்கர் அவர்களின் பிறந்தநாளைக் கொண்டாடியபோது மறுபடியும் ‘ஜெய் பீம்’ ஒலித்தது.

அன்றிலிருந்து இன்றுவரை மஹாராஷ்டிரத்திலும் வடஇந்தியாவிலும் இந்த முழக்கம் வணக்கம் சொல்கிற முறையில் தலித் ஆர்வலர்களால் பயன்படுத்தப்பட்டு வருகிறது.

இதில் முக்கியச் செய்தி என்னவென்றால் ‘ஜெய் பீம்’ என்கிற முழக்கம் முழங்கப்பட்டுப் பல வருடங்கள் கழித்து 1941இல் இந்திய தேசியப் படையின் தொண்டர் ஒருவர் உருவாக்கிய ‘ஜெய் ஹிந்த்’ என்கிற முழக்கத்தை நேதாஜி வெளியிட்டார்.

மதவாதிகள் போன்று புரியாமல் மந்திரங்களை உச்சரிப்பது போல் இல்லாமல், இந்த வார்த்தையின் உண்மை அர்த்தம், அதன் பின்னணி, அதன் முக்கியத்துவம் அறிந்து உபயோகிப்பது கற்றவருக்கும், தெளிந்தவருக்கும் அழகு.

4

லுங்கி காவியம்

தமிழனின் வெள்ளை வேஷ்டி சிந்து சமவெளி நாகரீகத்தின் வழி வந்தது என்று வரலாற்று ஆய்வாளர்கள் சொல்லுகிறார்கள். தோத்தி எனப்படும் சமஸ்கிருதச் சொல் வேதத்தைக் கற்றுப் பூஜை செய்பவரும், மேட்டுக்குடியினரும் அணிந்து வந்த வெள்ளைத் துண்டை குறித்தது. தோத்தி தமிழில் வேட்டி ஆனது.

பொதுவாக வேலை என்ற ஒன்றைச் செய்யாத, மற்றவரை வைத்து வேலைவாங்கும் ஒரு சமூகம் மட்டுமே உடுத்தியது அது. தூசி படியாமல், அலுங்காமல் குலுங்காமல் இருப்பவரின் ஆடை அன்று வேஷ்டிதான்.

மாட்டைப் போல் உழைப்பவர் எப்பொழுதும் கந்தல் மட்டுமே அணிந்துகொண்டிருந்தார். வெள்ளை அவரது நிறமல்ல. பழுப்புத் துண்டுதான் அவர் உடை.

சரியாகச் சொல்ல வேண்டுமானால் "தூசு, நெற்றி வியர்வை, கண்ணீர்" என்று எல்லாம் உரிந்து கலந்த மஞ்சளுக்கும் பழுப்பிற்கும் இடையே ஒரு "ஏழை நிறம்".

அந்த நிறம் அவர் யார், எந்தச் சாதி, எந்த ஊர் போன்ற விஷயங்களை அவரிடம் பேசாமலே மேட்டுக்குடியினர் தெரிந்துகொள்ள உதவியது.

அந்த நேரம் பார்த்து, பர்மாவிலிருந்து திரும்பிய நம் மண்ணின் மைந்தர்களால், குறிப்பாக இஸ்லாமியர்களால் நமக்கு அறிமுகமானது ஏழைகளின் ரட்சகன் லுங்கி.

அந்த உடையைப் பெரும்பாலும் பர்மாவில் வாழும் ஆண்களும் பெண்களும் சேர்ந்தே அணிந்தார்கள். 'சங்கு மார்க்' லுங்கியின் முதல் தொழிற்சாலை பர்மாவில்தான் தமிழர்களால் உருவானது.

அறுபதுகளில் பர்மாவிலிருந்து இந்தியாவுக்குப் புலம் பெயர்ந்தவர்கள் அதிகம் பேர் அந்த லுங்கிகளை இந்தியாவிற்கு அறிமுகம் செய்தனர். அப்படி வந்த தமிழர்களை வட சென்னையின் வியாசர்பாடியில் குடியமர்த்தினார் அன்றைய முதல்வர் பக்தவத்சலம். வடசென்னைக்குள் அதிரடி என்ட்ரி கொடுத்தது லுங்கி.

வேஷ்டியைவிடப் பலமடங்கு உயர்ந்தது என்று நொடிக்கு நொடி, செயலுக்குச் செயல் நிரூபித்துக்கொண்டே இருந்தது லுங்கி.

லுங்கி ஒரே நிறமாய் இருக்கவில்லை. பல நிறங்கள் கலந்து பல வடிவங்கள் ஒருங்கிணைந்த சமூகக் கலவையாய் இருந்தது லுங்கி. பெரும்பாலும் அடர்நிறங்களிலேயே இருந்தது. பர்மா லுங்கிகள் இளஞ்சிவப்பு, சிவப்பு, பச்சை என்று பல நிறங்களிலும் பூ போட்டு இருந்தாலும் நீல, கருப்புக் கோடுகள் போட்ட லுங்கிதான் வடசென்னையின் *favourite*. இன்றும்கூட அந்த லுங்கிதான் இங்கே அதிகமாகத் தென்படும்.

உழைப்பவருக்கு லுங்கியைவிடச் சிறந்த உடை கிடையாது. ரிக்ஷா தொழிலாளி, மூட்டைத் தூக்குபவர், கட்டிடத் தொழிலாளி, மீனவர்கள் ஆகியோரிடம் சக்கைப்போடு போட்டது லுங்கி.

ஒரு லுங்கி அழுக்காகத் தெரியப் பல நாட்கள் ஆகலாம். அதை அத்தனைச் சுலபமாய் அழுக்காக்கிவிட முடியாது. அப்படியே அது அழுக்கானாலும் அதிலிருந்து நாற்றம் வேண்டு மானால் வரலாமே ஒழிய, அழுக்குக் கண்ணுக்குத் தெரியாது.

வடிவத்தில்கூட லுங்கி நம்பர் ஒன்னாகவே இருக்கிறது. குழல் வடிவத்தில், எங்கேயும் திறந்தில்லாமல் மூடியிருக்கிறது. வேஷ்டி போல் காற்றோட்டமாக இருக்கும்; ஆனால் வேட்டி காற்றில் பறந்தால் உள்ளிருக்கும் சமாச்சாரம் வெளியே தெரியும். அந்த ஆபத்தெல்லாம் தன்மான லுங்கிக்குக் கிடையாது. புயலே அடித்தாலும் லுங்கி அசையுமே தவிர விலகாது, தூக்காது. டாஸ்மாக்கில் குடிக்கச் செல்லும் மனிதர்களுக்கு இந்தக் காரணத்தாலேயே லுங்கி அதிகம் பிடித்தது. குடிமகன்கள் லுங்கியணிந்து குடிக்கப் போனார்கள், பாதுகாப்பாக உணர்ந்தார்கள். லுங்கி டாஸ்மாக்கின் சீருடை.

அதிகமாகக் குடித்துவிட்டு வீடு போக முடியாதவர்கள் டாஸ்மாக் வாசலிலேயே அந்த லுங்கியை விரித்துப் போட்டுப் படுத்துறங்குவதைப் பார்த்திருக்கிறேன். லுங்கி நம்பிக்கை.

அங்கேயே வரும் மோதல்களில் லுங்கியைக் கழட்டி எதிரியின் கழுத்தில் மாட்டி அவரைச் சுத்த விட்டு அடிக்கவும் பயன்படுகிறது!

லுங்கி பார்க்க மெல்லியதாகவும் அதே நேரத்தில் கடுமையானதாகவும் உள்ளது. எவ்வளவு இழுத்தாலும், வேலை நேரத்தில் எங்கே மாட்டினாலும் அவ்வளவு சீக்கிரத்தில் கிழியாது அது. ஏழையின் மனவலிமைபோல.

எல்கேஜி முதல் பத்தாம் வகுப்புவரை ரிக்ஷாவில்தான் பள்ளிக்குச் சென்றுகொண்டிருந்தேன். கடுகு, ஆதிகேசவன் என்று இரண்டு "ரிக்ஷாமேன்கள்" இருந்தார்கள். அவர்கள் காவி அரை டவுசர் போட்டு, அதன் மேலே லுங்கியை மேலே தூக்கிக் கட்டியிருப்பார்கள். அந்த லுங்கி எதற்கு என்று யோசிக்கும் வேளையில் அவர்கள் அதில் வியர்வையைத் துடைப்பார்கள். வெயில் நேரத்தில் முகத்தில் தண்ணீர் ஊற்றி அதில் முகத்தைத் துடைத்துக்கொள்வார்கள். பின் சாப்பிட்டுக் கை துடைப்பதும் அதில்தான். அப்பொழுது எல்லாம் புரியும். ஒரு உடை எந்த ஒரு கலாச்சாரத்தையும் தாண்டி அதன் உபயோகத் தன்மைக்கென்றே பெருமை வாய்ந்ததென்றால் அது லுங்கி மட்டும்தான்.

சின்ன வயதில் பள்ளியிலிருந்து அழுதுகொண்டே வெளியில் வரும்போது கடுகு ரிக்ஷா மேன் அந்த லுங்கியில் முகத்தைத் துடைத்துவிடுவார். அந்த நேரத்தில் அருவருப்பாய் தோன்றிய அது இப்பொழுது நினைத்துப் பார்க்கையில் பீத்தோவனின் ஆறாம் சிம்பொனியாய் இனிக்கிறது.

புரசைவாக்கத்தில் இரவு நேரத்தில் விளிம்புநிலை மனிதர்கள் பிளாட்பாரத்தில் மார்கழி மாதக் குளிரில் அவர்கள் அணிந்திருக்கும் லுங்கியை அப்படியே இழுத்துவிட்டு உடம்பு முழுவதும் மூடிப் படுத்துக்கொள்வார்கள். அதெல்லாம் உலக அதிசயம்.

அடுத்து வருவது மலையாளிகளின் லுங்கி. நான் கேரளத்தில் வசிக்கும் மலையாளிகளைச் சொல்லவில்லை. இங்கே வந்து தங்கித் தொழில் செய்யும் மலையாளிகளைப் போல் லுங்கியை அவ்வளவு சிரத்தையோடும் அழகியலோடும் அணிபவர்கள் எவரும் இல்லை.

டீக்கடைக்குச் சைக்கிளில் ரொட்டி பிஸ்கட் போட வரும் பேக்கரி மலையாளி கட்டிவரும் கரும்பச்சை நிறத்து

லுங்கியில் ரோஸ் கலர் ரோஜா பூ போட்டு இருக்கும். அவரைப் போல் ஸ்டைலிஷான மனிதரை இதுவரை பார்த்ததில்லை. மலையாளிகளைப் பொறுத்தவரை லுங்கி அவர்களுக்கு அழகியல் சார்ந்த ஒன்று. ஜேம்ஸ்பாண்டின் கோட்போல அவர்களுக்கு அது.

இதற்கெல்லாம் இடையே சாவு ஊர்வலங்களில் லுங்கியின் பங்கைப் பற்றிப் பேசாமல் போவது நான் லுங்கிக்குச் செய்யும் மாபெரும் அநியாயம்.

வடசென்னை பக்கத்தில் இறுதி ஊர்வலம் என்றால் லுங்கிதான் கதாநாயகன். இல்லை இல்லை. . . கதாநாயகி. வடசென்னையில் ஒவ்வொரு ஆண்களும் தங்களது லுங்கியைக் காதலியாகத்தான் பாவிக்கிறார்கள். மரண ஊர்வலங்களில் அவர்கள் லுங்கியுடன் ஆடும் நடனம் தங்கள் காதலிகளை அவர்கள் கையாள்வது போல்தான் இருக்கும். அப்படி ஒரு லாவகம். அந்த லுங்கியை வாயில் கடித்துக்கொண்டே ஆடும் நடனம். அதைக் கழுத்தில் சுற்றிக்கொண்டு ஆடும் நடனம், அதை இடுப்பிலிருந்து அப்படியே தலையில் இழுத்து மூடி ஆடும் நடனம் என்று டேங்கோ நடனத்தை மிஞ்சும் அது. விட்டுப் பிரிந்து போனவர்களைப் பற்றிய அத்தனை துயரத்தையும் மறக்க அவர்கள் அந்த லுங்கியிடம்தான் தஞ்சமடைவார்கள்.

லுங்கி பற்றி எழுதிக்கொண்டிருக்கும்போது ஏதோ ஒன்று மறந்ததைப் போல் இருக்கிறது. என் ஞானத்தந்தை பெரியார் நினைவில் வருகிறார். மேடையில், கட்டிலில், ஒரு லுங்கியோடு பழுத்த பழமாய் லுங்கியோடு உட்கார்ந்திருக்கிறார். அதனூடே ஒரு மூத்திரப்பை வெளியே தொங்குகிறது.

இதைவிட லுங்கியைப் பற்றிச் சொல்லப் பெரிய விஷயம் இருப்பதாகத் தெரியவில்லை.

நண்பர்களே, நோய் கொண்டவரின் உடல் கறைகளை வெளியில் தெரியாமல் காத்து அவர்களை வெளியுலகில் கடமைக்காகப் பல மணிநேரம் போராட வைத்தது அந்த லுங்கிதானே?

லுங்கி உடையல்ல, அது ஒரு சமூகக் குறியீடு.

லுங்கி எங்களின் குறியீடு.

5

சியர்ஸ் ஜீஸஸ்

"உங்கள் வாயிலிருந்து வரும் புளியேப்பம் தீர்மானிக்கிறது நீங்கள் எப்படிப்பட்ட கிறிஸ்துமஸ் கொண்டாடினீர்கள் என்பதை."

— தோழர் மர்லின் மன்றோ

கிறிஸ்துமஸ் பண்டிகையைப் பற்றிய சில குறிப்புகள்

உலகில் ஆயிரம் வழிகளில் கிறிஸ்துமஸ் கொண்டாடப்படுகிறது. ஆனால் சென்னையைச் சார்ந்த கத்தோலிக்கர்கள் போல் கிறிஸ்துமஸை எவராலும் கொண்டாட முடியாது. அது ஒரு தனிக் கலை.

டிசம்பர் மாதம் பிறந்த உடனேயே காற்றில் ஒரு தனிக் குளிர்ச்சி தோன்றும். சருமத்தில் அது பட்ட தருணம் உணர்த்தும், அது கிறிஸ்துமஸ் மாதம் என்று. அந்தக் காற்றைக் "கிறிஸ்துமஸ் காற்று" என்று கத்தோலிக்கர்கள் உணர்ச்சிப்பூர்வமாக அழைப்பார்கள்.

ஆங்கிலோ இந்தியர்களும் மலையாள கிறிஸ்தவர்களும் தாங்கள் பல மாதமாகப் பீங்கான் குவளைகளில் ஊறவைத்திருக்கும் திராட்சை ரசத்தை பிளாஸ்டிக் வாளிகளில் புனலையும் குழாயையும் வைத்துச் சொட்டுச் சொட்டாகச் சேகரிக்கத் தொடங்குவார்கள். பின்பு இவை கண்ணாடி பாட்டில்களில், அதுவும் குறிப்பாக அந்த வீட்டின் துரை குடித்துப் போட்ட பழைய

விஸ்கி, பிராந்தி பாட்டில்களில் அடைக்கப்பட்டு விற்பனைக்குத் தயாராகும். இதில் அதிக போதையை விரும்பும் போதைப் பிரியர்களுக்கு மிலிட்டரி ரம்மைச் செயற்கையாகச் சேர்த்துக் கிட்டத்தட்டச் சாராயம் போல் ஒரு வஸ்துவைச் சில போலிக் கத்தோலிக்கர்கள் செய்வார்கள். வெறும் வயிற்றில் அதைக் குடித்துவிட்டுச் சோறு திங்காமல் படுத்துவிட்டால் மறுநாள் கல்லீரல் வயிற்றுக்குள்ளேயே தொக்காகிவிடும்.

இது ஒருபக்கம் நடந்துகொண்டிருக்க, இன்னொரு பக்கம் தங்களைப் பார்ப்பனர்களாக நினைத்துக்கொண்டிருக்கும் ஒரு வகை கத்தோலிக்கர்கள், வைன், குடி போன்ற பெயர்களை வாயில் உச்சரிக்கக்கூட மாட்டார்கள். ஆனால் திருட்டுக் குடி குடிப்பதில் இவர்களை அடித்துக்கொள்ள முடியாது. இவர்கள் பலகாரம் செய்ய ஆரம்பிப்பார்கள். 20 சதவீதத்தினர் மகிழ்ச்சிக்காகப் பலகாரம் செய்வார்கள். மீதமுள்ள 80 சதவீதத்தினர் வெறும் அந்தஸ்தைக் காட்டுவதற்காகவே பலகாரம் செய்யும் மக்கள்.

கிறிஸ்தவப் பலகாரங்கள் கொஞ்சம் வித்தியாசமானவை. உலர் பழங்களை டார்க் ரம் எனப்படும் ரம்மில் ஒரு மாதம் ஊறவைத்து செய்த ப்ளம் கேக், முட்டை, மைதா மாவைத் தலை சீவும் நீட்டு சீப்பில் உருட்டி எண்ணெயில் வறுத்து செய்த "கலகலா", மலேசியாவிலிருந்து திருடிய "ரோஸ் கொக்கி" எனப்படும் பூவின் வடிவில் இருக்கும் முட்டை சேர்த்த அச்சு முறுக்கு.

இவைதான் ஆதிகாலத்துக் கத்தோலிக்கக் கிறிஸ்தவப் பலகாரங்கள். ஆனால் கொஞ்சம் கொஞ்சமாக இந்துப் பண்டிகைகளின் முக்கிய அம்சமாக இருக்கும் அதிரசமும் முறுக்கும் ரவா லட்டும் இவற்றோடு சேர்த்துக்கொள்ளப்பட்டன.

இதில் திருட்டுக் குடிக்குப் பேர்போன சில கத்தோலிக்கர்கள் கொஞ்சகாலமாக. ப்ளம் கேக்கில் ரம் சேர்க்காமல் காய்ந்த சாணிபோல் அந்தக் கேக்கை உருவாக்கி வருகிறார்கள். நீங்கள் அவர்கள் வீட்டிற்குச் சென்றால் அதை உங்கள் வாயில் திணித்து நீங்கள் விழி பிதுங்கிச் சாவதைப் பார்த்து ரசிப்பது கத்தோலிக்கச் சடங்குகளில் முக்கியமானது.

கிறிஸ்து பிறப்புக்கு ஆயத்தமாகுங்கள் (ஆன்மாவின் ஆயத்தம்) என்று சர்ச்சில் பாதர் சொன்னதை அன்னமேரி, ஷீலா, லூசி போன்ற கத்தோலிக்கப் பெண்கள் தவறாகப் புரிந்து கொண்டு சர்ச் முடிந்த கையோடு சரவணா ஸ்டோர்ஸ் (legend), மதார்ஷா, தவணையில் புடவை கொடுக்கும் 'புடவைக்கார்' வீட்டுக்கு விரைவார்கள்.

தமிழ்க் கத்தோலிக்கர்களைப் பொறுத்தவரை கிறிஸ்துமஸ் என்றால் பட்டுப்புடவை எடுப்பது முக்கிய சடங்கு. நாத்தனார், மாமியாரைப் பழிவாங்கும் நடவடிக்கைகளில் பட்டுப் புடவை எடுப்பது இன்றுவரை நடைமுறையில் இருக்கும் ஒரு சிறந்த விஷயம்.

90களின் கடைசிவரை பட்டுப் புடவை மட்டுமே பாரம்பரியமாகக் கருதப்பட்டு வந்தபோது, டிசைனர் புடவை எனப்படும் ஜமிக்கி, கற்கள் வைத்த புடவைகளை உடுத்தியவர்களைத் தீண்டத்தகாதவர்களாகப் பார்த்தது கிறிஸ்தவ சமூகம். ஆனால் பல புரட்சி போராட்டங்களுக்குப் பின்னும், சர்ச்சில் பூசை நேரங்களில் தலையை மூடுவதற்குப் பட்டுப் புடவைகளைவிட டிசைனர் புடவைகள் வசதியாக இருக்கும் காரணத்தினாலும் கிறிஸ்தவ சமூகத்திற்குள்ளே ஜமிக்கி புடவைகள் ஏற்றுக்கொள்ளப்பட்டன. இன்றும்கூடக் கிறிஸ்துமஸிற்கு முன்பு இருக்கும் நாட்களில் சௌகார்பேட்டை புடவைக் கடைகளில் வெள்ளை நிற சேட்டுப் பெண்கள் மத்தியில் ஜெபமாலை அணிந்த கறுப்புப் பெண்களை அதிக அளவில் காணலாம்.

தமிழர்கள் புடவை எடுத்துக்கொண்டிருக்க, அந்தப் பக்கம் ஆங்கிலோ இந்தியர்களும் துரை வீடுகளில் வேலை செய்து ஆங்கிலம் கற்றுக்கொண்டு தங்களை ஆங்கிலேயர்களாகக் கருதிக்கொண்ட போலி ஆங்கிலோ இந்தியர்களும் பெரம்பூர் உள்ளிட்ட பகுதிகளில் உள்ள கடைகளில் பேண்ட், சட்டை, கவுன் என்று பிரத்யேகமாகக் கறுப்பு, சிவப்பு நிறங்களில் உடைகளை வாங்குவார்கள்.

இங்கேதான் ஒரு முக்கியமான பகுதிக்குள் நுழைகிறோம். பெண்கள் எல்லாம் இவ்வாறு பிஸியாகச் சுற்றிக்கொண்டிருக்க, அந்த நேரத்தில் கிறிஸ்துமஸின் முக்கியச் சடங்கான சரக்குச் சேர்க்கும் பணிகளில் வீட்டின் ஆண்கள் பிசியாகிவிடுவார்கள். மிகுந்த பக்தியுடன் இந்தக் காரியத்தை ஆண்கள் செய்வார்கள். 24ஆம் தேதி காலையிலேயே தெரிந்தவர்களிடமெல்லாம் சொல்லி மிலிட்டரி சரக்கு, குறிப்பாக பிரிட்டிஷ், ரெமி மார்ட்டின் போன்றவற்றை வாங்கி பீரோவுக்குப் பின் சத்த மில்லாமல் ஒளித்து வைத்துக்கொள்வார்கள்.

கிறிஸ்துமஸ் குடிகளில் பல வகையுண்டு. தனிக்குடி, மொடாக்குடி, ஓசிக் குடி, காஜு குடி. ஆனால் இத்தனை குடிக்கெல்லாம் தலைகுடி “கும்பல் குடி”. அதைப் பற்றிப் பிறகு பார்ப்போம்.

கிறிஸ்துமஸ் பண்டிகையின் உச்சபட்சக் கொண்டாட்டம் 24ஆம் தேதி நள்ளிரவு ஆராதனையில் ஆரம்பிக்கும். *Christmas Eve* என்று அழைக்கப்படும் முன்னிரவில் (தோராயமாக *11.30* மணியளவில்) கத்தோலிக்கர்கள் சாரைசாரையாகத் தேவாலயங்களுக்குச் சென்று வழிபடுவார்கள்.

அதில் முக்கியச் சடங்காகச் சர்ச்சுக்குள் நுழைந்த இரண்டு நிமிடத்திற்குள்ளேயே சுற்றியுள்ள அறிந்த தெரிந்த பெண்கள் என்ன உடை உடுத்தியிருக்கிறார்கள்; அவர்கள் புடவையின் பார்டர் தங்களின் பார்டரைவிட அதிக அளவு உள்ளதா; கழுத்தில் போட்டிருக்கும் ஆரம் கில்ட்டா, ஒரிஜினலா; தலைமுடி, புருவத்திற்கு டை அடித்திருக் கிறார்களா என்று மிகுந்த பக்தியோடு அலசோ அலசு என்று ஆராய்வர்கள்.

பின்பு பின்னிரவு நேரம் நெருங்கும் வேளையில் அப்படியே கண் தூக்கத்தில் சொருகும், அப்படியே கண்கள் மூடி ஜெபிப்பது போல் பாவ்லா செய்வார்கள். அந்த நேரம் பார்த்துக் கிழட்டுப் பாடல் கும்பல்கள் கோரசாய் “ஓ. . . வென”க் கத்த ஆரம்பிக்க, திடுக்கிட்டு எழும் கத்தோலிக்கர்கள் அப்படியே பாடலில் தெரியாத வார்த்தைகளைப் போட்டுக் கலந்துகொள்ள சுவாரஸ்யம் அள்ளும்.

பூசை முடிந்ததும் நடைபெறும் அவஸ்தைகளில் மிக முக்கியமான விஷயம் முத்தம் கொடுத்து வாழ்த்துவது. என்னவோ அப்படியே மெக்காலே வீட்டின் குட்டிகள் போல் கன்னத்தில் முத்தம் கொடுத்துதான் ஹேப்பி கிறிஸ்துமஸ் வாழ்த்துச் சொல்லிக்கொள்வார்கள். இதில் நாத்த வாய் நாராயணன்களிடமிருந்து தப்பிப்பதெல்லாம் வேறு வகை சவால்.

அதிலும் தூக்கக் கலக்கத்தில் ஹேப்பி கிறிஸ்துமசிற்குப் பதிலாக ஹேப்பி நியூ இயர், ஹேப்பி தீபாவளி எல்லாம் சொல்லிக்கொள்வார்கள். ஆனால் ஆங்கிலோ இந்தியர்களைக் கட்டிப்பிடித்துக் கன்னத்தில் முத்தம் பதிவது சால இன்பம். வித விதமான செண்ட் வாசனை ஆளைத் தாக்கும்.

விடியற்காலை மூன்று மணியளவில் ஆராதனை முடியும்போது பொதுவாக நடந்தே வீட்டுக்குத் திரும்புவது வழக்கம். இன்னும்கூட வடசென்னை பகுதிகளில் கிறிஸ்துமஸ் இரவுகளில் ரிக்ஷாவில் வயதானவர்கள் வீடு திரும்பிக் கொண்டிருப்பது குறிப்பிடத்தக்கது. அதுவும் வரும் வழியில் எல்லாம் ரிக்ஷா ஸ்டாண்டுகளில் இரவில் ஒளிர்ந்து கொண்டிருக்கும் எம்ஜியாரின் நினைவுநாள் அனுசரிப்பின்

படங்களில் அவரின் ஒளியேறிய முகம் எல்லாம் வேறுவிதமான அனுபவம்.

இதையெல்லாம் தாண்டி முக்கிய நிகழ்வாக இந்தப் பண்டிகையில் அமைவது மறுநாள் காலை முதல் தொடங்கும் சடங்கு, சம்பிரதாயங்கள். ஏதோ பைபிளில் எழுதியதுபோல கிறிஸ்துமஸ் என்றால் பிரியாணிதான் செய்ய வேண்டும்; அப்படிச் செய்யத் தவறிவிட்டால் தெய்வகுத்தம் ஆகிவிடும் என்பதுபோல பிரியாணி செய்யத் தொடங்கிவிடுவார்கள்.

ஆங்கிலோ இந்திய வீடுகளில் ஆண்கள் சட்டை அணியாமல் வெறும் ஷார்ட்ஸைப் போட்டுக்கொண்டு ஒரு கையில் பிராந்தி க்ளாஸுடன் பீப் பிரியாணி கிண்டுவதெல்லாம் அழகின் உச்சம். இப்படிக் குடிக்கும் பிராந்தியை அவ்வவ்போது சமைக்கும் பொருளிலும் ஊற்றிவிடுவது ஐதீகம்.

ஆனால் தமிழ்க் கத்தோலிக்கர்கள் வீட்டிலோ காட்சி வேறு. இரவு அவ்வளவு நேரமும் கண் விழித்து மறுநாள் காலை சீக்கிரமே எழுந்து பெண்கள் சமைக்க ஆரம்பிக்க, ஆண்கள் பிரசித்தி பெற்ற அந்தக் "கும்பல் குடி"யை ஆரம்பிப்பார்கள். மச்சான் மாமா அண்ணன் தம்பி என்று வயது வித்தியாசமின்றி நடக்கும் சமத்துவ நிகழ்வு இது.

இதில் கவனிக்க வேண்டிய விஷயம் என்னவென்றால் இதில்கூடப் பக்தியுடனே அவர்கள் செயல்படுவார்கள். கிளாசில் சரக்கை ஊற்றி முதலில் சாமி ஸ்டாண்டில் வைத்து விடுவார்கள். பின்பு அனைத்தும் நிரம்பிய கிளாஸின் மேல் சிலுவையைப் போட்டு பக்தி சிரத்தையுடன் அந்தக் "கும்பல் குடி" நடைபெறும். கிறிஸ்துமஸ் நாள் அன்று மட்டும் வெளியிலிருந்து சைடு டிஷ் வாங்க மாட்டார்கள். மாறாக, வீட்டில் இருக்கும் பலகாரம், கிச்சனில் ஆகும் பெப்பர் சிக்கன் கிரேவியோடு ஓட்டிவிடுவார்கள்.

ஆயிரம்தான் சிறப்பாக ஒருவர் வீட்டில் பிரியாணி செய்தாலும் மற்றவர்கள் வீட்டிலிருந்து வரும் பிரியாணியை எதிர்பார்த்துக் காத்துக் கிடப்பது பிள்ளைகளின் சடங்கு.

இந்தக் கும்பல் குடி சாயங்காலம் ஐந்துவரை நீடிக்க, பிரியாணி எப்போ ரெடியாகும் என்று கேட்டுக்கொண்டிருந்த ஆண்கள் அதீத போதையால் சாப்பிடாமல் அப்படியே உறங்கி விடுவார்கள். இரவு 10 மணிவாக்கில் எழுந்து "காலையில ஆயிடுச்சா" என்று கேட்டுக்கொண்டே சிறிது நேரம் கழித்து கல்லீரல் சுக்கு நூறாய் போயிருக்க, வயிற்று வலியை வாங்கிக்

கொண்டு வெறும் "தயிர் சாதம் மட்டும் குடுங்க" என்று வாங்கிச் சாப்பிட்டுச் சடங்கை முடிப்பார்கள்.

வயதான பாட்டிகள் சாமி ஸ்டாண்டில் வைத்து மறந்து போன அந்தக் கிளாசில் உள்ளதைக் கிச்சனில் கொண்டு போய் லபக்கென்று ஒரே கல்ப்பாகக் காலி செய்துவிட்டு இரவு முழுவதும் தாத்தாவின் பழைய லீலைகளை அசைபோடுவார்கள்.

இவ்வாறாகச் சென்னையில் கிறிஸ்துமஸ் கொண்டாடப் படுகிறது.

சோறு, குடி, தூக்கம்... இதுதான் தமிழகக் கத்தோலிக்கர்களின் கிறிஸ்துமஸ்.

6

கால்பந்து எனும் சமூக நீதி

அப்பா ஸ்போர்ட்ஸ்மேன் சார். புட்பால் பிளேயர். ஸ்டேட் பிளேயர்.

கால்பந்து வீரர் அப்படினு சொன்னா அப்பாவுக்குப் புடிக்காது. இங்கிலிஷ்ல “புட்பால் பிளேயர்”ன்னு கூப்ட்டாதான் அவருக்குப் புடிக்கும். அவர் மட்டும் இல்ல சார். இங்க நார்த் மெட்ராஸ் புல்லா அப்படித்தான். இங்கிலிஷ்ல சொன்னாதான் பெருமை, கெத்து எல்லாம். வெள்ளைக்காரனோட ஒண்ணோ ஒண்ணா வாழ்ந்தவங்க சார். சுதந்தரத்துக்கு முன்னாடியே பேண்ட் போட்டு, இங்கிலிஷ்ல பேசி நல்லாதான் இருந்தோம்னு தாத்தா சொல்லுவாரு. அவன் மொழி, அவன் விளையாட்டு, அவன் சொல்லி குடுத்த பழக்க வழக்கம் இன்னும் சேரிக்குள்ள இருக்கு அப்படினு சொன்னா உங்களுக்கு நம்புறதுக்குக் கஷ்டம்தான். ஆனா அதான் உண்மை.

அப்பா மட்டும் இல்ல, தாத்தாவும் விளையாட்டு வீரர். புட்பால் கோச், ஸ்போர்ட்ஸ் அனௌன்சர், கமெண்ட்டேட்டர், பாக்ஸிங் ரெபரீ ஸ்டேட் லெவல். அதாவது மாநில அளவுல, எங்களுக்கு மெட்ராஸ் புட்பால் அஸோஸியேஷன்ல சொந்தமா டீம் எல்லாம் இருக்கு. பேரு ஆர்செனால். தாத்தா ஆர்செனால் ரசிகர் என்பதால் இந்தப் பெயர்.

தாத்தா பெரிய ஆளு சார் ஆனா என்ன அந்தக் காலத்துலே அவர் அப்பட்டமா தன்ன ‘தலித்துன்னு’ சொல்லிக்கிட்டதால அவருக்கு நெறைய பதவி

வாய்ப்புகள் மறுக்கப்பட்டுச்சு. தாத்தா மட்டும் ஒடுக்கப் பட்டவரா இல்லனா இந்நேரம் அவரைப் பத்தி இவ்வளவு எழுத வேணாம். உங்களுக்கே அவர தெரிஞ்சிருக்கும்.

தாத்தா மட்டும் இல்ல சார், வடசென்னைப் புல்லாவே ஸ்போர்ட்ஸ் மேனுங்கதான். பாக்சிங், பாடி பில்டிங், கேரம்னு எவ்ளவோ இருந்தாலும் எங்க நாடி நரம்பு ரத்தத்துல முழுசா ஓடுறது புட்பால்தான் சார்.

வடசென்னைல இருக்குறவங்களுக்கு மட்டும் ஏன் கால்பந்து இவ்ளோ சூப்பரா வருதுன்னு நீங்க எல்லாம் பல வருஷமா யோசிக்கிறீங்கன்னு தெரியும். . .

அதுக்கு ஒரே பதில்தான்.

வடசென்னைல யார் இருக்கா? ஒடுக்கப்பட்டவர்கள்.

அதுதான் பதில்.

அவன் ஒடுக்கப்பட்டவன் சார், பிறப்பின் அடிப்படையில அவனை ஆதிக்கம் பண்றவங்க எல்லோரும் அடிக்கிறாங்க, மிதிக்கிறாங்க. . . அவனுக்குக் கோவம், ஆத்திரம், ஆற்றாமை எல்லாம் அப்படியே பொங்கிட்டு வருது. அவனுக்கும் திருப்பி அடிக்கணும், ஆனா அவனுக்கு மனுஷன காரணமில்லாம அடிக்கப் புடிக்கல சார். அதான் அவன் கால்பந்தை ஓங்கி ஓதைக்குறான். . . அந்த மொத்தக் கோபத்தையும் தன் உடம்புல இறக்கி பந்த அடிக்கிறான் சார். . . பலமா. . . வேகமா. . . எழுதும் போதே உணர்ச்சி பெருக்குல கண்ணு கலங்குது.

அதான் சார் வடசென்னை. அவன் எல்லாத்தையும் அப்படியே திறந்துதான் பண்ணுவான். . . கத்திப் பேசுவான், டப்பாங்குத்துப் போடுவான், உரக்கப் பாடுவான், அவன் பறையோட இசை சத்தமா இருக்கும். காலம் காலமா அவன் அனுபவிச்ச ஒடுக்குமுறையிலிருந்து அவன் வெளியில வர சத்தம் சார் அது. பலமா வீரியமாதான் இருக்கும்.

அவனோட விளையாட்டும் அப்படித்தான். ஓங்கி ஒரு குத்து. . . பாக்ஸிங். . . எட்டி ஒரு ஓத. . . புட்பால்.

என்ன சார் மெஸ்ஸி ரொனால்டோ? எங்க ஊர்ல வந்து பாருங்க தெருவுக்குத் தெரு ஒரு மெஸ்ஸி, ரெண்டு பீலே, மூணு மரடோனா இருப்பாங்க.

போனவாரம் வியாசர்பாடி கன்னிகாபுரம் க்ரௌண்டி கிட்ட சிஃனல்ல கார் நிக்குது ஜன்னல் வெளிய பாக்குறேன். ஒரு சின்ன ஒல்லியான உருவம், பத்து வயசு இருக்கும், கிழிஞ்ச

ஜெர்சி, பூட்ஸ் போடாத வெறும் காலு... பந்தைக் கால்ல வாங்கி, தொடைல வாங்கி, அப்படியே நெஞ்சுல வாங்கி, அங்கிருந்து தலைல வாங்கி ஹெட்டிங் பண்றான்.

இதுதான் தெறம... எத்தன கோச்சிங் கிளாஸ் போனாலும் இது வராது. இதெல்லாம் அப்படியே ரத்தத்திலேயே வரணும். ஒடுக்கப்பட்டவனுக்கு நல்லாவே வரும். ஆனா என்ன அவன் வறுமை அவன இன்னொரு பக்கம் புட்பால் ஆடினு இருக்கும்.

இந்தப் பசங்களுக்கெல்லாம் பெருசா சாப்பாடு இருக்காது. பாலு, நெய், முந்திரி பருப்பு கதையே இல்ல... இங்க அவனுக்கு சீப் அண்ட் பெஸ்ட் மாட்டுக்கறிதான். அதுதான் அவனுக்குப் பலம். ஒடுக்கப்பட்டவனுக்கு மாட்டுக்கறிதான் மன்னா சார். அதுலேயும் மாட்டுவால் சூப்பு... இதுதான் அவனுகளுக்கு மூட்டு வலி எல்லாம் வராம வச்சுக்கும். அந்த மாட்டுவால் சூப்புதான் இவனுங்களுக்கு இயேசு கொடுத்த திராட்சை ரசம் மாதிரி. மாட்டுக்கறிதான் எங்களுக்கு "வாழ்வும், சத்தியமும், ஜீவனுமாய்" இருக்குது.

இங்க இன்னொரு முக்கியமான ஒரு விஷயம் இருக்கு. இந்தியாவுல கால்பந்துல மிகச் சிறந்த மாநிலங்கள்னா அது வடகிழக்கு மாநிலங்கள், கோவா, கேரளம், மேற்கு வங்காளம். இந்த மாநிலங்களுக்கும் வடசென்னைக்கும் இருக்கும் ஒற்றுமை அங்கேயும் அவங்களோட முக்கிய உணவுனா அது மாட்டிறைச்சிதான்.

வெறும் உடல் பலம்தான் அவன் கிட்ட இருக்கும். சரியான உடையோ, பயிற்சி உபகரணங்களோ, கால்பந்தாட்ட பூட்ஸோ பெரும்பாலானவர்கள் கிட்ட இருக்காது.

எங்கப்பா எல்லாம் அதே வறுமையில்தான் பூட்ஸ் இல்லாம வெறும் கால்ல ஆடி, கிழிஞ்சு போன பூட்ஸ் போட்டு ஆடி மாநிலத்துக்கு ஆட தகுதி பெற்றாரு.

ஒருதடவை அப்பா சொன்னாரு, ஏதாவது கிரௌண்ட்ல புட்பால் ஆட போனா பக்கத்துல உயர்சாதி இந்துக்கள் வீட்ல தண்ணி கேட்டா சேரிலேயிருந்து வர பசங்கன்னு கண்டு பிடிச்சுட்டுக் கக்கூஸ் பக்கெட்டுல தண்ணி ஊத்துறது, ரொம்ப அழுக்கான மக்குல தண்ணி குடுக்குறதுன்னு தீண்டாமை பாப்பாங்களாம். அதனாலேயே சிலசமயம் தண்ணிகூடச் சரியா குடிக்காம விளையாட்டை ஆடி முடிப்பாங்களாம்.

இன்னொரு முக்கியமான விஷயம் இந்தக் கால்பந்து வீரர்களுக்குச் சரியான மருத்துவ உதவிகளும் கிடையாது. குறிப்பா விளையாட்டு நேரத்துல ஏற்படுற காயங்கள் எலும்பு

முறிவுகள் எல்லாத்துக்கும் பெரிய தரமான சிகிச்சைகள் குதிரைக்கொம்பு.

ஏதோ ஒரு காலத்துல முதுகுல பட்ட அடிக்கு அப்பா இன்னமும் கஷ்டப்பட்டுட்டு இருக்குறது இதுக்கு உதாரணம்.

ஒவ்வொரு புட்பால் பிளேயருக்குப் பின்னாடி பல கதைகளும் வலிகளும் எக்கச்சக்கமா இருந்தாலும் அவர்களுக்கு இருக்க அந்த வேகமும் ஆர்வமும் எனர்ஜியும் கொஞ்சம்கூடக் குறையாது அப்படிங்கறதுதான் சிறப்பே.

சும்மா கலகலன்னு இருக்கும் கிரௌண்ட். அவன் வறுமை எல்லாம் அவனுடைய சிரிப்புலேயே காணாம போய்டும். அந்தப் பந்த அவன் கோல் போஸ்ட் நோக்கி நகர்த்திட்டுப் போகும்போது அவன்தான் மெஸ்ஸி, அவன்தான் ரொனால்டோ.

அதுவும் புட்பால் பிளேயர்னா பொண்ணுங்க சும்மா அப்படி லவ் பண்ணுவாங்க. ஏரியால புட்பால் பிளேயர்னாலே செம்ம மாஸ்தான்.

அதுவும் புட்பால் இருக்கவரைக்கும் வடசென்னை இளசென்னை சார். புட்பால் இருக்குறவரைக்கும் வடசென்னைக்கு வயசே ஆகாது.

சிலர் சொல்லுவாங்க வடசென்னைல கால்பந்து அதிகமா ஆடுறதால அது ஒரு சின்ன பிரேசில் நாடுன்னு. ஆனா அது மட்டுமில்ல.

பிரேசிலுக்கும் வடசென்னைக்கும் பெரிய வித்தியாசம் எல்லாம் இல்ல சார். அவனும் ஒடுக்கப்பட்டவன், இவங்களும் ஒடுக்கப்பட்டவங்க. அங்கேயும் இங்க போலவே அதிகமான சேரிகள். அங்கேயும் டான்ஸ் மியூசிக், இங்கேயும் அதே கொண்டாட்டம். குறிப்பா ஆப்ரிக்க அடிமைகள் கிட்ட இருந்து அவங்க எடுத்துக்கிட்ட ஜோங்கோ என்கிற இசை நடன வகை வடசென்னையின் இசைபோலவே இருக்கும். அவங்க கார்னிவல் இசைன்னு சொல்ற பாணிலதான் மெட்ராஸ் படத்துல “எங்க ஊரு மெட்றாஸு இதுக்கு நாங்க தானே அட்ரஸு” பாட்ட அமைச்சிருப்பாங்க. அப்புறம் அதே உணவு, மாட்டிறைச்சி, அதிகமான உருளைக் கிழங்கு. கடைசியா மிக முக்கியமான விஷயம் பெண்கள். பிரேசில் பெண்கள் போன்ற அதே உடல் வனப்பும், அந்தப் பெண்களைப் போன்ற வெளிப்படையான தைரியமும் கொண்டவர்கள் வடசென்னைப் பெண்கள்.

வடசென்னை ஆக மொத்தத்துல பிரேசில்தான். ஒரே வித்தியாசம் அங்க சாதி இல்ல; இங்க இருக்கு. டாட்.

இந்த ஒரு வித்தியாசம்தான் பிரேசில் கால்பந்துல முன்னணில இருக்குறதுக்கும் இந்தியா கால்பந்துல பின்தங்கி இருக்கறதுக்கும் காரணம். இதுல ஒடுக்கப்பட்டவன் சிறந்து விளங்கும் காரணத்துலதானே இங்க அந்த விளையாட்டுக்கு பெருசா முக்கியத்துவம் கொடுக்கல. தெற்கே தலித்துகளும் மேலே குறிப்பிட்ட மற்ற மாநிலங்களில் சிறுபான்மையினரும் அதிகம் பங்கெடுக்கும் காரணத்தினால்தான் இந்தியாவில் கால்பந்து பெரிதாகப் புறக்கணிக்கப்படுகிறது என்பதே நிதர்சனம்.

அது மட்டுமில்லாம போதிய பயிற்சி வாய்ப்புகள், நிதியுதவிகள், அடிப்படைத் தேவைகள் மறுக்கப்படுவதாலேயே பல நல்ல வீரர்கள் பாதியிலேயே இந்த விளையாட்டை கைவிட்டுறாங்க. இன்னும் கொஞ்சம் தூரம் பயணிக்கும் வீரர்களும் வறுமையின் காரணமாக அரசுப் பணிகளில் சேர்ந்துவிட, பின்பு கோப்பைகள், தேசிய அங்கீகாரம் எல்லாம் எட்டாக் கனியாகிவிடுகிறது.

அப்பாவும் ஸ்போர்ட்ஸ் கோட்டாலதான் அரசு பணியில் சேர்ந்தாரு. ஆக எங்களுக்குச் சோறு போட்டது புட்பால்தான். என்ன படிக்கவச்சதும் புட்பால்தான், இன்னைக்கு நான் இந்தக் கட்டுரையை எழுதிட்டு இருக்குறதுக்குக் காரணம் புட்பால்தான்.

இந்த விளையாட்டு எனக்குச் சொல்லிக்கொடுத்த பாடங்கள் ஒண்ணு ரெண்டு இல்ல சார். அநேகம்.

குறிப்பா சமூகம் என்கிற மைதானத்துல அந்தப் பக்கம் ஆதிக்க சமூகம், இந்தப் பக்கம் ஒடுக்கப்பட்டவங்க. ஒரு நொடி சும்மா இருக்க முடியாது, வேகம் குறையக் கூடாது. அவன் ஏதாவது சொல்லி திசை திருப்பிட்டே இருப்பான், பொய்யா அழுது நடிப்பான், அழுகல் ஆட்டம் ஆடுவான். . . ஆனா நாம எதப் பாத்தும் அசந்துரக் கூடாது... பந்து கால்ல சிக்குச்சா அத அப்படியே சமூக நீதி அப்படீங்கிற கோல் போஸ்ட் நோக்கி விரட்டிட்டே போகணும். கோல் போடணும். அதே நேரத்துல அவனுடைய தாக்குதல்ல இருந்து நம்மள காப்பாத்திட்டே இருக்கணும்.

வேகம், விவேகம், ஒற்றுமை. . . கோப்பை.

ஒடுக்கப்பட்டோருக்கான மிகப் பெரிய சமூக நீதிப் பாடம் கால்பந்துள்ளதான் சார் இருக்கு. எங்கள விளையாட விடுங்க.

7
எனக்கு லக்ஷ்மியைத் தெரியும்
(லக்ஷ்மி என்னும் குறும்படத்தைப் பற்றி)

[மனித உணர்வுகள்]

ரோட்டில் ஓடும் கார்கள் எல்லாம் ஒரே நிறமா?

தமிழ்நாட்டில் உள்ள அனைவரும் புடவை மட்டுமே விரும்பி அணிகிறார்களா?

காபி எல்லோருக்கும் பிடித்த ஒன்றா?

வீடுகளின் நிறங்கள் ஒரே மாதிரியாகவா இருக்கிறது?

நிற வேறுபாடுகள், சுவை வேறுபாடுகள் இவை மனித மனத்தின், மனித உணர்வின் வெளிப்பாடுகள். மனிதனுக்கு மனிதன் உணர்வுகளும் அவை தொடர்பான சுவைகளும் மாறிக் கிடக்கின்றன என்பதின் வெளிப்பாடுதான் இவை எல்லாம்.

இவளைப் போல் அவள் இருப்பதில்லை, அவனைப் போல் இவன் இருப்பதில்லை... ஒவ்வொரு செல்லும், ஒவ்வொரு டிஎன்ஏவும் உன்னிலிருந்து என்னை மாறுபடவைக்கிறது. இந்தப் பூமியில் பிறந்த ஒவ்வொரு மனிதரும் தனித்தன்மை வாய்ந்தவர். அதுவே வாழ்வின் சாராம்சம்.

ஒரே மாதிரி யோசிக்க, ஒரே மாதிரி செயல்பட நாம் ஒன்றும் ப்ரோக்ராம் செய்யப்பட்ட ரோபோக்கள் அல்ல.

மனித மனங்களின் இச்சையும் உணர்வுகளும் வேறுபட்டதனால்தான் மனிதன் மாபெரும் கண்டுபிடிப்புகளை நிகழ்த்தினான்.

ஒருவனுக்கு நடப்பது பிடித்திருந்தது, இன்னொருவனுக்கு அது பிடிக்கவில்லை. அவன் பறக்க விரும்பினான். விமானம் கண்டுபிடித்தான்.

இதுதான் மனித இச்சைகளில் உள்ள வேறுபாடுகளின் சாராம்சம். இதுதான் இயற்கை நியதி.

மேலே சொன்னதுபோல ஒருவர் என்ன உண்ண வேண்டும், உடுத்த வேண்டும் என்பதே பொதுவாக நடந்திராத இந்த மனித இனத்தில் ஒருவர் எப்படி இச்சைகொள்ள வேண்டும், ஒருவர் இன்னொருவருடன் எந்த எல்லைகளுக்குள் பழக வேண்டும் என்பதை நாம் எப்படித் தீர்மானிக்க முடியும்?

உனக்குப் புனிதம் என்று படுவது எனக்குப்படுவதில்லை. அதை நீ எப்படி என்னையும் அப்படி யோசிக்கச் சொல்லி, உணரச் சொல்லி நிர்ப்பந்திக்க முடியும்?

அப்படிப் பார்த்தால் ஆர்.எஸ்.எஸ். வகையினரும் பசு புனிதம், பசுவைக் கொல்ல வேண்டாம் என்று அவர்கள் சொல்லுவதற்கும், நீ புனிதமாக நினைக்கும் ஒரு வரைமுறையை நான் மீறும்பொழுது நீ என்னை அடக்குவதும் சமமான விஷயங்களே.

[மனித நாகரிகம்]

ஆதியிலே மனிதன் கட்டுக்கடங்காத சுதந்திரத்தோடு இருந்தான். அவன் தன் இச்சைகளுக்காக மற்றவரைத் துன்புறுத்த ஆரம்பித்தான். அங்கே வேறு உணர்வோடு இருந்த இன்னொருவன் அவனைக் கட்டுப்படுத்த, மற்றவர்களைத் தீங்கிலிருந்து காப்பாற்ற, ஒன்று சேர்ந்து முன்னேற நாகரிகத்தை நிறுவினான்.

இன்னொரு மனிதன் தன் அதிகார இச்சைக்கு நாகரிகத்தைத் தன் விருப்பப்படி மாற்றி அமைத்தான்.

இப்படியாக நாகரிகம் சமுதாயக் கட்டுப்பாடு என்கிற விஷயத்தைத் தாண்டித் தனிமனித உணர்வுகளில் தலையிட ஆரம்பித்தது.

[லக்ஷ்மி – படம்]

லக்ஷ்மி மெஷின் ஓட்டுகிறாள், அச்சகத்தில்.

லக்ஷ்மியும் அதே மெஷினைப் போல நடத்தப்படுகிறாள். தினமும் அதே பணி, அதே வாழ்க்கை.

இங்கே பெண்கள் அப்படித்தான் நடத்தப்படுகிறார்கள். அச்சகத்தில் அச்சடித்த பேப்பர்போல. அவர்கள் இன்னொன்றின் நகலாக இருக்க வேண்டும் என்று சமுதாயம் நினைக்கிறது. அந்த மெஷினைப் போலவும் பெண் நடத்தப்படுகிறாள். சமுதாயத்தைப் பொறுத்தவரை அவள் கடமை பணி செய்து கிடப்பதே. மெஷின்களிடம் யாரும் பேசுவதில்லை, நலம் விசாரிப்பதில்லை, விருப்பு வெறுப்புகளைக் கேட்பதில்லை.

ஆனால் ஆச்சரியத்திற்குரிய விஷயம் என்னவென்றால், ஆயிரம்தான் இரும்புப் பெண், குடும்பக் குத்துவிளக்கு, பத்தரை மாற்றுத் தங்கம் என்று பெண்ணை உலோகங்களுடனையே இந்தச் சமூகம் ஒப்பிட்டாலும், பெண் என்னவோ புரதம், ரத்தம், காற்று, நீர் எல்லாம் சேர்ந்த நரம்புகள், ஹார்மோன்கள் பின்னிப் பிணையக் கிடக்கும் உணர்வுக் குவியல்தான். பலசமயம் இந்தச் சமூகத்திற்கு அறிவியல் புரிய மாட்டேன் என்கிறது. என்ன செய்வது.

இந்தப் படம் தவறாகப் புரிந்துகொள்ளப்பட்டிருக்கிறது.

இது அவளுடைய பாலியல் இச்சையைப் பற்றிய படம் இல்லை. இது லக்ஷ்மியின் அன்றாட வாழ்க்கையில் அவள் விரும்பிய வித்தியாசம் என்கிற இச்சையைப் பற்றிய படம்.

தினமும் ஒரே மாதிரி கலவி கொள்கிறாள், தினமும் ஒரே மாதிரி உணவு சமைக்கிறாள், ஒரே மாதிரி கோணத்தில் உட்கார்ந்து சாப்பிடுகிறாள், ஒரே தலையலங்காரம், ஒரே பக்கத்தில் நடக்கிறாள், நெற்றியில் இருக்கும் விபூதிகூட ஒரே இடத்தில் சரியாய்.

அப்படிப்பட்ட லக்ஷ்மியின் வாழ்க்கையில் ஒருநாள் கொண்டாட்டம்தான் இந்தப் படம். ஒரு ஸ்கூல் குழந்தையின் ஒருநாள் எஸ்கர்ஷன்போல, சுற்றுலாபோல. சுற்றுலா போன இடத்தில் யாரும் தங்குவதில்லை. இந்த விஷயத்தில் லக்ஷ்மி தெளிவு. இங்கு யாரும் லக்ஷ்மியை உபயோகிக்கவில்லை. அவள் ஆபீஸ் விட்டு வரும் வழியில் ஒரு திடீர் மாற்றம் அவ்வளவே.

பாலியல் பிரச்சினைதான் முக்கியமென்றால் இயக்குனர் இறுதியில் கதிருடனான அந்த உறவையாவது நன்றாகக் காட்டியிருக்கலாம், அவள் கணவனுடன் ஆன காட்சிகளைக் காட்டியதுபோல. அவர்களுக்கும் முழுக் கலவி நடந்ததா என்று கூட நமக்குச் சரியாகத் தெரியாது.

அவளுக்குத் தேவைப்பட்டது ஒரு துணை. அது அவளுக்குக் கிடைத்தது. அது எந்த நிலைவரை போனது என்பது அவளின் தனிமனித உணர்வைப் பொறுத்தது.

ஜோதிகாவின் மகளிர் மட்டும் படத்தின் நீட்சிதான் இந்தப் படம். பெண்களுடன் போகாமல், ஒரு ஆணுடன் போனால் என்ன சாத்தியங்கள் இருக்கிறதோ அவற்றின் வெளிப்பாடு இந்தப் படம்.

படத்தில் கணவனுக்கு வரும் போன் கால் காட்சி தேவையில்லாதது. ஒரு பெண் தன் இச்சைக்காக எதுவும் செய்யக் கூடாதா? கணவனைப் பழிவாங்குவது மட்டும்தான் அவள் சந்தோஷங்களின் நோக்கமா?

கிளர்ச்சிடைய பாரதியார் பாடலா என்று அநேகம் பேர் கிண்டலடித்துள்ளனர். . . காமத்தைப் பற்றிய உங்கள் புரிதல் இவ்வளவுதானா? பாரதியார் பாட்டு, தியாகராஜர் கீர்த்தனை, தேவாவின் கானா, மைக்கேல் ஜாக்சனின் பாப், தோசை சுடும் சத்தம் என்று எதில் வேண்டுமானாலும் கிளர்ச்சியடையலாம் அவள் அவள். . . அவன் அவன் விருப்பம்.

படத்தில் என்னை அதிகம் கவர்ந்த விஷயம் "லக்ஷ்மி" என்கிற அந்தப் பெயர். காரணம் இரண்டு.

1. லக்ஷ்மி என்கிற அந்தப் பெயரைச் சுற்றியுள்ள அந்தப் புனித பிம்பம். லக்ஷ்மி பாட்டி கடைத்தெருவுக்கு வெங்காயம் வாங்கப் போனார், லக்ஷ்மி அம்மா மகனை ஏர்போர்ட்டில் வழியனுப்பினாள், லக்ஷ்மி கணவனுக்குத் தோசை வார்த்துக் கொடுத்தாள் போன்ற அந்தப் பெயரைச் சுற்றிய சினிமா, இலக்கிய ஸ்டீரியோடைப்களைப் பட்டென்று போட்டு உடைத்திருக்கிறது இந்தப் படம்.

2. நடிகை லக்ஷ்மி. சினிமாவில் *Gray Area* என்று சொல்லப் படும் எவரும் துணியாத கதாபாத்திரங்களில் அதிகம் நடித்தது நடிகை லஷ்மிதான். இதுவரை உலகம் ஏற்றுக்கொள்ளாத சிக்கலான பாத்திரங்களை ஏற்று 15க்கும் மேற்பட்ட படங்களில் நடித்தது அவர்தான். மேலும் மண வாழ்க்கையைக் கொண்டு பயங்கரமாக விவாதிக்கப்பட்டதும் அவர்தான். இயக்குநர் இந்தப் படத்திற்கு லக்ஷ்மி என்கிற இந்தப் பெயரைத் தேர்வுசெய்தது *amazing!*

(லக்ஷ்மி – விமர்சனங்கள்)

கமலா தாஸை ஏற்றுக்கொண்டவர்களால் லக்ஷ்மியை ஏற்றுக் கொள்ள முடியவில்லை. ஐயோ பாவம்.

மறுபடியும் ரேவதி இப்படிச் செய்யவில்லை, Mr. and Mrs. Iyer இப்படிச் செய்யவில்லை என்று விமர்சிக்கிறார்கள்.

ரேவதி, கொங்கணா சென், லக்ஷ்மி அனைவரும் ஒரே பெண்களா என்ன? வேறு வேறு பெண்கள், வேறு வேறு விருப்பங்கள். ஒருவரைப் போல் ஒருவர் காப்பி அடித்து வாழ இவர்கள் குளோனிங் இல்லையே. Mr. and Mrs. Iyer படத்தில் கொங்கணா மனதளவில் செம்மையாகச் சபலப்படுகிறார். என்னைப் பொறுத்தவரை மனதின் சபலத்திற்கு முன்னே உடலின் சபலம் ஒன்றுமே இல்லை. பைபிளில் ஒரு வசனம் இருக்கிறது. சில விஷயங்களை மனதில் நினைத்துவிட்டால் போதும்; அது உடலளவில் நிகழ்ந்துவிட்டதாகத்தான் அர்த்தம். எந்தப் பெண்ணும் மனதளவில்கூட ஒரு நொடி சற்றே இடறவே இல்லை என்று தங்கள் மனசாட்சியைத் தொட்டுச் சொல்ல முடியுமா?

இங்கே லக்ஷ்மி என்கிற பெண்ணின்மீது மோசமான விமர்சனங்களை வைக்கும் ஆண்களின் உளவியல் "என் பொண்டாட்டி நல்லவ" என்று தங்களின் மனத்தை ஆற்றிக் கொள்ளும் செயல்.

பெண்களின் உளவியல் "ஐயோ... சீ... இதெல்லாம் எனக்குப் பிடிக்காது, நான் சமுதாயத்தின் பொதுப் புத்தியுடன் ஒன்றிப்போகிறேன்... அப்பொழுதுதான் என்னை அவர்களில் ஒருத்தியாக ஏற்றுக்கொள்வார்கள்" என்கிற பரிதாப நிலை.

எனக்கு ஒரு லக்ஷ்மியை அல்ல... சில லக்ஷ்மிகளைத் தெரியும். அவர்களோடு நான் பழகியிருக்கிறேன், பேசியிருக்கிறேன். இவர்கள் யாரும் கெட்டவர்கள் கிடையாது; கணவனுக்குத் துரோகம் செய்ய வேண்டும் என்கிற எண்ணம் உடையவர்கள் கிடையாது; தங்கள் குடும்பத்தின் கடமையிலிருந்து ஒரு நொடி தவறியவர்கள் கிடையாது. ஆனால் ஏதோ ஒரு காலகட்டத்தில், ஏதோ ஒரு நொடியில், உடல்ரீதியாகவோ, மனரீதியாகவோ தங்களின் உணர்வுக்கு இடம் கொடுத்தவர்கள். பிரச்சினை என்னவென்றால், பல பெண்களுடன் சுற்றும் ஆண்களுக்கு இல்லாத ஒரு குற்றவுணர்ச்சி ஏதோ ஒரு நொடி இடறியதற்காக இந்தப் பெண்களிடத்தில் பல வருடங்களாக இருக்கிறது. தங்களின் கடமையைச் செய்துகொண்டே குற்றவுணர்ச்சியில் பல வருடங்களாக இவர்கள் ஒரு புழுவைப் போல் துடித்துக் கொண்டிருக்கிறார்கள். அந்த லக்ஷ்மிகளுக்காக எடுக்கப்பட்டது தான் இந்தப் படம். குற்றஉணர்ச்சியில் உழன்றுகொண்டிருக்கும்

லக்ஷ்மிகள் இதன் மூலம் தங்களுக்குச் சுய மன்னிப்பை வழங்கிக் கொண்டிருப்பார்கள். பல லக்ஷ்மிகளில் சிலராவது அந்தப் படத்தைப் பார்த்த பிறகோ, இல்லை அந்தப் படத்தைப் பற்றிய விவாதங்களைக் கேட்ட பிறகோ அந்த இரவு நிம்மதியாக உறங்கச் சென்றிருப்பார்கள்.

லக்ஷ்மியைப் பார்க்கும்போது என் கண்களில் கண்ணீர் நிரம்பியது. எத்தனை லக்ஷ்மிகள் தங்கள் சுய விருப்பத்திற்காகத் தீர்ப்பிலிடப்பட்டுச் சிலுவையில் அறையப்பட்டிருப்பார்கள்? எத்தனை லக்ஷ்மிகள் சமுதாயப் பார்வைகளுக்கு அஞ்சி ஒரு கொடுமையான வாழ்க்கையில் ஒரு நிமிடம்கூடத் தங்களுக்குப் பிடித்த ஒரு விஷயத்தைச் செய்யாமல் ஒரு மெஷின் போல் மாறியிருப்பார்கள்?

இதெல்லாம் ஒரு கஷ்டமா? பெண் முன்னேற்றத்திற்குத் தேவையான விஷயங்கள் பல இருக்கின்றன என்று உளறும் பலரும் லக்ஷ்மிகளின் அந்த நிலையில் இருந்திராமலேயே அந்த நிலையைப் பற்றி எல்லாம் தெரிந்தவர்கள் போல் பேசுவது எவ்வளவு பெரிய இகழ்ச்சி.

தலைவலியும் வயிற்றுவலியும் வராத நீங்கள் அதைப் பற்றி எப்படி விமர்சிக்க முடியும்?

என்னிடம் உளவியல் ஆலோசனைக்கு வரும் பல பெண்களுக்கு இந்தப் பிரச்சினைகள் இருக்கின்றன. அவர்கள் தினம் தினம் நரகத்தில் வாழ்கிறார்கள். அவர்களுக்கு இதெல்லாம் முக்கியம்தான்.

கருணையைவிட ஒரு பெரிய விஷயம் இருக்கிறது. அதற்குப் பெயர் "Empathy." மற்றொருவரின் ஆளுமையில் புகுந்து மற்றொருவரின் அனுபவத்தைக் கற்பனையாக அனுபவித்தல். அப்படிச் செய்ய முடியாதவர்களால், மற்றவர்களின் துன்பத்தை எந்தக் காலத்திலும் புரிந்துகொள்ள முடியாது; விமர்சனம் மட்டுமே செய்ய முடியும்.

நான் எப்போதும் சொல்வேன், கருணை மறுக்கப்பட்ட இடங்களில் கருணை செலுத்துவதைவிட உன்னதம் வேறெதுவும் கிடையாது. லக்ஷ்மி நிஜத்தில் இருப்பவளோ, பொய் பிம்பமோ எப்படி இருந்தாலும் நிறைய கருணைக்குப் பாத்திரமானவள்.

கருணை பயில்வோம்.

8

மைசூர் பாக் ஞாபகங்கள்

எனக்கு நினைவு தெரிந்த நாட்களில் ஸ்வீட் டப்பாக்கள் நீரை உறிஞ்சும் தன்மை கொண்ட அட்டைப் பெட்டிகளில் வரும். அந்தப் பெட்டிகள் நீல, ரோஸ் நிறங்களில் இருக்கும். கீழே வெள்ளை நிறப் பெட்டி. டப்பாவைத் திறந்தால் உள்ளே இனிப்புகள் பட்டர் பேப்பரால் மூடப்பட்டு இருக்கும்.

எனக்கு மிகவும் பிடித்தது மைசூர் பாக்கு... அப்பொழுதெல்லாம் மைசூர் பா என்று இன்று சொல்லுவது போல் ஸ்டைலாகச் சொன்னதில்லை, அது எங்களுக்கு மைசூர் பாக்குதான்.

முதல்முதலில் சுவைத்த மைசூர் பாக்கு... வேற லெவல்.

சற்றே கல் போல், ஓட்டை ஓட்டையாக... மேலே தங்க நிறத்திலும் நடுவில் அடர் ப்ரவுன் நிறத்திலுமான அதை வாயில் அப்படியே போட முடியாது. அழுத்திக் கடிக்க வேண்டும்... சிங்கப் பற்களை வைத்து அதற்குப்பின் அதை மெல்ல ஆரம்பித்தது, உமிழ்நீரில் அது கரைந்து மணல் போல் ஆகும். பின்பு அதிலிருக்கும் சர்க்கரைக் கட்டிகள் வெளியில் வர ஆரம்பிக்கும். அதுவல்லவோ சொர்க்கம்.

அதற்குப் பிறகு தீபாவளி என்றாலே பலரும் மைசூர் பாக்கு செய்ய ஆரம்பிக்க. . . ஆர்வக் கோளாறில் உருவான மைசூர்பாக்குகளைச் சுத்தியல் வைத்து உடைத்து, வாயில் ஊறவைத்துச் சாப்பிட வேண்டியதாயிற்று. சிலசமயம் இந்த மைசூர்பாக்குகளை வைத்து முதுகு பஞ்சர் விளையாடியதுண்டு.

சில நாட்கள் கழித்து திருமண வீடுகளில், அதுவும் கீழ் நடுத்தர வர்க்கத்து வீட்டுத் திருமணங்களில், வெஜிடபிள் பிரியாணி கத்திரிக்காய் சட்னி சகிதம் பரிமாறப்பட்ட மைசூர் பாக்குகள் அதிகப் பிரசித்தம். நெய்க்குப் பதிலாக டால்டா எனப்படும் வனஸ்பதி கலந்து செய்யப்பட்ட அவை கல் போல் இல்லாமல், சற்றே மிருதுவாய் ரம்மியமாக இருக்கும். ஒரே நேரத்தில் மூன்று விழுங்கலாம்.

90களின் கடைசியில் அதிரடியாக அறிமுகமான புதுமுகம் கிருஷ்ணா ஸ்வீட்ஸின் நெய் மைசூர் பாக்.

வாயில் வைத்ததும் கரையும் பதத்தில் இருந்த அது, ஏ.ஆர். ரகுமான் இசையைப் போல ஹிட் ஆனது.

தீபாவளி என்றாலே ஆபீஸ் கிப்ட் பாக்ஸிலிருந்து, தீபாவளி பண்டு பிடிக்கும் தெருமுனை அக்காவரை அனைவரும் இந்த கிருஷ்ணா மைசூர் பாக்குகளை வாங்கிக் குவித்தார்கள்.

கிருஷ்ணா மைசூர் பாக் எடை அதிகமாகவும் பிட்டு வாயில் போட்டவுடன் குழைந்து கரையும் தன்மை கொண்டதாயும் இருந்தது. முந்தைய மைசூர் பாக்குகளைப் போல் வறுத்த கடலைமாவின் ரம்மியமான நறுமணம் இல்லாமல் அதீத நெய், பால் வாசனையுடன் இருந்தது. ஒன்றுக்கு மேல் சாப்பிட முடியாது. அப்படித் திகட்டும்.

ஆரம்பத்தில் அலைந்து அலைந்து சாப்பிட்டாலும் கொஞ்சம் கொஞ்சமாக இந்த மைசூர் பாக் சலித்துப் போக ஆரம்பித்தது. பின்பு மைசூர் பாக் சாப்பிடுவதை அப்படியே நிறுத்திக்கொண்டேன்.

சில வருடங்களுக்கு முன்பு வெங்கடேஸ்வரா ஓட்டலில் பழைய சுவை மைசூர் பாக் கிடைப்பது கேள்விப் பட்டு ஓடிப் போய் வாங்கியது ஞாபகம். இன்னும்கூடச் சின்னச் சின்னக் கடைகளில் கிடைக்கும் அவற்றை ருசித்துக் கொண்டுதான் இருக்கிறேன். சில கடைகளில் இந்த மைசூர் பாக்குகளில் மண்ணெண்ணெய் வாசம் வந்து தொலைக்கும், பார்த்துப் பார்த்து மோப்பம் பிடித்து வாங்க வேண்டும்.

மைசூர் 'பாக்காய்' இருந்த நாள் முதல் மைசூர் 'பா' ஆன காலம்வரை அதைச் சுற்றி ஆயிரம் நினைவுகள். . . திருமண விருந்துகளில் தனக்காக வைக்கப்பட்ட மைசூர் பாக்கைச் சாப்பிடாமல் அம்மா தன் பூபோட்ட வெள்ளை கர்சீப்பில் தங்கக் கட்டியைப் போல பத்திரமாகச் சுற்றி எடுத்துக்கொண்டு வருவார். கர்சீப் வாசனையுடன் அந்த மைசூர் பாக் அமுதம் போல் இருக்கும். அந்த மைசூர் பாக்குக்கு இந்த உலகத்தில் எதுவுமே ஈடில்லை. . . இன்றுவரை.

9

ஜெயலலிதாவின் கடைசி நாள்

“கட், ஷாட் ஓகே” தெலுங்கு இயக்குநர் சொல்லி முடித்ததும் கற்பூரம் ஏற்றப்பட்டுக் குழுவுக்குத் திருஷ்டி சுற்றி தேங்காய் உடைக்கப் பட்டது. இன்று ஒரு நடிகையாக ஜெயலலிதாவின் கடைசி நாள்.

ஜெயலலிதா இன்று தன் வழக்கமான பரந்த ஆனால் பல் தெரியாத புன்னகையுடன் ஸ்டுடியோவி லிருந்து விடைபெற்றுக்கொண்டார்.

தன் வழக்கமான எட்டு வடிவிலான நடையோடு, கண்ணில் வரும் கண்ணீரை இமையை விட்டு இறங்கவிடாமல், பாரமான கண்களுடனே ஸ்டூடியோ வாசலில் உள்ள தன் காரை நோக்கிச் சென்றார்.

இனிமேல் அவரால் தலை குனிய முடியாது. குனிந்தால் கண்ணீர் சிதறிவிடும். இனிமேல் தலை நிமிர்ந்தே இருக்க வேண்டும். பெரியவர் ஒருவர் சொன்னது நினைவில் வர, தன்னைத் தயார்படுத்திக் கொண்டார்.

ஆரம்பத்தில் வெறுத்த சினிமா இன்று பிடித்த சினிமாவாகிப் போயிருந்தது. அத்தனைக் கனவுக்கும் பேக் அப் சொல்லி முடித்தார்.

ஜெயலலிதா மெல்லத் தன் வீட்டுக்குள் செல்ல, ஆள் அரவமேயற்று இருந்தது தோட்டம்.

இன்று நடிகை ஜெயலலிதாவின் கடைசி நாள். ஆக வேண்டிய காரியங்களைப் பார்க்கத் தொடங்கினார் ஜெயலலிதா.

ஒப்பனைப் பொருட்களை எல்லாம் வீட்டுப் பணிப்பெண்ணின் மகளுக்காக ஒரு பெட்டியில் போட்டார். நாளை முதல் அவர் வேறு ஒப்பனை அணிய வேண்டி இருந்தது. அது அரசியல்வாதிகளுக்கே உரித்தான ஒப்பனை.

அதில் முகப்பூச்சுக்கள் இருக்காது, மனப்பூச்சுக்கள் இருக்கும். உதட்டிற்குச் சாயம் இருக்காது, சாயம் பூசிய வார்த்தைகள் இருக்கும்.

கண் மை தேவைப்படாது. இனி தேவையெல்லாம் விரல்களில் மையே.

பீரோவைத் திறந்தார், யாரோ நினைவாக இருந்த சில சட்டைகளை அவசர அவசரமாகக் குப்பையிலிட்டார். அவருக்குப் புரிந்திருந்தது, நாளையிலிருந்து அந்த வீட்டிலோ இல்லை அவர் வாழ்விலோ எந்த ஆணுக்கும் இடமில்லை என்பது.

வெளிர் நீலம், பேபி பிங்க், லாவெண்டர், மஞ்சள் என்று தனக்குப் பிடித்த ஜார்ஜெட் புடவைகளை ஆசையோடு ஒரு முறை தடவிப் பார்த்தார். கருப்பு சிவப்பு பார்டர் போட்ட அந்தப் புது வெள்ளைப் புடவைகளை அலமாரியில் அடுக்கினார். இனி வெள்ளைதான். ஜெயலலிதா நினைத்துக் கொண்டார்.

இருந்த கொஞ்சம் நகைகளைப் போட்டுப் பார்த்தார். இனி வெளியில் அதிக நகைகள் தேவைப்படாது. ஒரு செயின், இரண்டு கம்மல், ஒரு வளையல் போதும். ஒரு வாட்ச் போதும் என்று எண்ணிக்கொண்டார் ஜெயலலிதா.

வரும் வழியில் பெரிய சைஸ் குங்கும நிற ஸ்டிக்கர் பொட்டுக்களை வாங்கி வந்திருந்தார். இனி அவருக்குப் பிடித்த கலர் பொட்டுகள் வைக்க முடியாது. இனி அந்த நிறங்களுக்குத் தோதாய் ஒற்றை மலர்களும் சூட முடியாது. கடைசியாகக் கண்ணாடியில் தன்னை ரசனையோடு பார்த்துக்கொண்டார்.

திரும்பவும் தனக்குப் பிடிக்காத ஒரு விஷயத்தை, பிறரின் கட்டாயத்திற்காக மறுபடியும் செய்யப்போகிறார் ஜெயலலிதா.

இன்றுவரை தன்னை ரசித்த ஆண்கள், நாளை முதல் தன்னை வெறுப்பார்கள் என்பதைத் தனக்குத்தானே சொல்லிக் கொண்டார் ஜெயலலிதா.

இனி அவருக்கு அந்தரங்கம் கிடையாது. அவர் வாழ்வே இனி ஒவ்வொரு நொடியும் மனோரஞ்சகமான காட்சியாக மாறும் என்பதைத் தெரிந்துவைத்திருந்தார் ஜெயலலிதா.

"ஓர் ஆலயம் ஆகும் மங்கை மனது" என்கிற சுமதி என் சுந்தரி படப் பாடலை முணுமுணுத்துக்கொண்டே சூடாக ஒரு காபி போட்டுக் குடித்துத் தன் திருமண வாழ்வின் அத்தனை ஆசைகளையும் பதினைந்தே நிமிடங்களில் வாழ்ந்து முடித்தார் ஜெயலலிதா.

தன் தாயின் புகைப்படத்தை ஒருமுறை முத்தமிட்டபடியே முழுவதும் தனிமையிலிருந்த ஜெயலலிதா வாசலை வெறித்துப் பார்த்தார். இனி தனக்குத் தனிமை மட்டும்தான் என்று உறுதியாக நம்பினார். அவருக்குத் தெரிந்திருக்கவில்லை, அவருக்குக் கடைசிவரையில் தனிமை கிட்டாதென்று.

அந்த நகரத்தின் இன்னொரு மூலையில், ஏக்கங்களின் வசிப்பிடமாக மாறிய ஒரு இளம் பெண் தன் காலி அலமாரியைத் திறந்து வைத்துவிட்டு அதை வெறித்துப் பார்த்துக் கொண்டிருந்தார்.

10

தாஜ்மஹால்:
சில அந்தரங்கக் குறிப்புகள்

சிறு பிராயத்தில் தாஜ்மஹால் டெல்லியில் இருந்ததாக நினைத்துக்கொண்டிருந்தது பல நாள்.

அதற்குப் பின் பள்ளி ஓவியப் போட்டிகளில், இரண்டு மலைகளுக்கு நடுவில் உதிக்கும் சூரியனுக்கு அடுத்ததாய் அதிகமாய் வரையப்பட்ட தாஜ்மஹாலைக் கடந்தது பல வருடம்.

மாயாவதி அதிரடியாகப் பதவியேற்றப் பின் அதிகமாய் சர்ச்சைக்குள்ளாக்கப்பட்டது ஒன்று சிலை, இன்னொன்று தாஜ்மஹாலின் அருகில் அவர் கட்டத் துடித்த கேளிக்கைப் பூங்கா. இதையும் தொலைக்காட்சிகளில் கேட்டுக் கடந்தன காதுகள்.

இதற்கு நடுவில் ஒருநாள் வெள்ளை தாஜ்மஹால் மஞ்சள் நிறமாய் மாறிக்கொண் டிருந்ததை வேதனையோடு ஓயாமல் அறிவித்துக் கொண்டிருந்தன அதே தொலைக்காட்சிக் குரல்கள். இப்பொழுது 24 மணிநேர அலைவரிசையில், காற்று மாசு கொஞ்ச கொஞ்சமாக விழுங்கத் தொடங்கி யிருக்கிறது அந்தக் காதல் கட்டிடத்தை என்கிற செய்தி எங்களுக்குத் தெரிவிக்கப்பட்டது.

ஒரு பரிசுத்தமான முழு நிலவு நாளில் யானி என்கிற கிரேக்க இசைக்கலைஞன் தாஜ்மஹாலில் ஒரு இரவு பியானோவை இசைக்க ஆரம்பித்தான். அன்று ஒருநாள் மட்டும் தாஜ்மஹால் சற்று ஓய்வெடுத்துக்கொண்டது. இந்தியாவில் நிகழ்ந்த சில மாயாஜாலங்களில் அந்த இரவும் ஒன்று.

ஒருநாள் காதலர் தினம் என்று ஒரு படம்... தாஜ்மஹாலைச் சுற்றி இல்லாத ரோஜாத் தோட்டத்தை உருவாக்கி ரஹ்மானின் இசையால் இரண்டாம் முறை தாஜ்மஹாலைக் கட்டி முடித்தார் இயக்குனர் கதிர். அந்தப் பாடலில் தாஜ்மஹால் அவ்வளவு அழகு. சோனாலி, ரோஜாத் தோட்டம், குனால் என்று அத்தனை அழகுகள் இருந்தும் கண்கள் எல்லாம் தாஜ்மஹால் மேலேயே.

பின்பு அதே வருடத்தில் பாரதிராஜா என்ன நினைத்தாரோ தெரியவில்லை, சினிமாவில் தாஜ்மஹால் தரைமட்டமாகி யிருக்கும். நல்ல வேளை ரஹ்மான் காப்பாற்றினார். ஆனால் அந்தக் காவியப் படத்தில் பாடல்கள் சரி இல்லாததினால்தான் படம் தோல்வியென பாரதிராஜா சொன்னபோது பலர் மூர்ச்சையாயினர்.

என்னுடைய இருபதாம் வயதில் ஆக்ரா சென்று திகட்டத் திகட்ட தாஜ்மஹாலை ரசித்தேன். ஒரு முறை, இரு முறை அல்ல, பலமுறை. நல்ல வெயில் காலத்தில் தாஜ்மஹால் நரகமாக இருக்கும், நல்ல குளிர் காலத்தில் அதுவே சொர்க்க மாக மாறிவிடும். அப்பொழுதெல்லாம் உள்ளே செருப்பு போட்டுக் கொண்டு போக முடியாது. வெயிலில் வெறுங்காலோடு பளிங்கில் நடப்பதெல்லாம் பெரும்பாடு.

தாஜ்மஹாலை ரசனையாக ரசிக்க இரண்டு இடம் உண்டு.

ஒன்று, அந்த நுழைவாயில். அந்தச் சிறிய நுழைவாயில் வழியே முதல்முறையாக தாஜ்மஹாலைத் தரிசிக்கும் அந்த தருணம் வார்த்தைகளில் விவரிக்க முடியாது. அத்தனைச் சிறிய கதவின் வழியே அத்தனைப் பெரிய கனவு மாளிகையைக் காணும்போதுதான் அதன் பிரம்மாண்டம் புரியவரும். அங்கே தொலைய ஆரம்பிப்போம் நாம்.

இரண்டாவது ஆக்ரா கோட்டையின் கிழக்கு மூலை மேல் தளத்தின் ஜன்னலின் வழியே. அக்பர் ரசித்து ரசித்துக் கட்டிய, ஷாஜகான் மும்தாஜுக்கு வைரம், வைடூரியம் பதித்த குளியலறை கட்டிக் கொடுத்த அந்த ஆக்ரா கோட்டையின் கிழக்கு அறையில்தான் ஷாஜஹான் தன் மகனால் சிறைவைக்கப் பட்டார். சிறைவைத்தும் சோர்வடையாத தந்தையின் முகத்தைப் பார்த்து அதிர்ந்துபோனான் அவுரங்கசீப். பின்புதான் தெரிந்தது, தந்தை தாயின் கல்லறையை ரகசியமாக ஜன்னல் வழியே பார்த்து வாழ்வை நீடித்துக்கொண்டிருந்ததை. அன்றுதான் பிடுங்கினான் அவுரங்கசீப் ஷாஜகானின் பார்வையை.

நானும் பார்த்தேன், அந்த ஜன்னலின் வழி. தாஜ்மஹால் ஒரு க்ரீம் நிற ஷிஃபான் துணியால் முக்காடு போட்டு அமர்ந்து கொண்டிருக்கும் இளவயதுப் பெண்ணைப் போல் இருந்தது.

தாஜ்மஹாலைச் சுற்றி ஒரு அழுக்கு நதியில் மக்கள் துணிகளைத் துவைத்துக்கொண்டிருந்தார்கள்.

தாஜ்மஹாலை விட்டு வரும்போது திரும்பிப் பார்த்தால் மீண்டும் ஒருநாள் வருவீர்கள் என்கிற ஒரு நம்பிக்கை இருப்பதாய் ஒருவர் சொன்னார். திரும்பத் திரும்பப் பார்த்துக்கொண்டே இருந்தேன் தாஜ்மஹாலை. இன்னும் கால்பதிக்க முடியவில்லை மீண்டும்.

இரண்டு மாதத்திற்கு முன்பு கொல்கத்தாவிலிருந்து தில்லிக்குச் செல்லும் விமானப் பயணத்தில், தரையிறங்குவதற்குச் சற்று நேரத்திற்கு முன்பு தாஜ்மஹாலை மேலிருந்து காணக் கிடைத்தது வாழ்வின் மற்றுமோர் வரம்.

இப்பொழுது பௌர்ணமி இரவுகளில் முன் அனுமதியோடு தாஜ்மஹாலின் உள்ளே அனுமதிப்பதாய் சொன்னார்கள்.

பௌர்ணமி நிலவின் ஒளியில் தாஜ்மஹால் நீல நிறம் பூண்டுவிடுமாம். அந்தக் காட்சியினைக் கண்டுவிட்டால் உலகில் வேறு எந்தக் காட்சியும் பிடிக்காது என்பது காதல் தேசத்து ஐதீகம் என்று எனக்குச் சொல்லப்பட்டது.

சில வருடங்களுக்கு முன்பு இணையத்தின் மகிமையால் ஒரு புகைப்படம் கிடைத்தது எனக்கு. இளவரசி டயானா தன் மரணத்திற்கு ஐந்து வருடத்திற்கு முன்பு தாஜ்மஹாலில் அந்தப் பிரசித்திபெற்ற பெஞ்சில் தனியாக அமர்ந்து எடுத்துக்கொண்ட படம்தான் அது. காதல் ஜோடிகள், தம்பதியினர் ஒன்றாக உட்கார வேண்டிய அந்தப் பெஞ்சில் தனியே உட்கார்ந்து கண்ணில் சோகத்தோடு, இதழ்களில் புன்னகையோடு டயானா அமர்ந்திருக்கும் அந்தப் படம் நெஞ்சைக் கனக்க செய்யும்.

வரலாற்று ஆராய்ச்சியாளர்கள் சொல்கிறார்கள், ஷாஜஹான் தனக்காக இன்னொரு கல்லறையை, ஒரு கருப்புக் கல்லறையை இப்பொழுது இருக்கும் தாஜ்மஹாலுக்கு எதிரே கட்ட வேண்டும் என்று நினைத்தாராம். அது நடந்திருந்தால் எப்படி இருந்திருக்கும்?

எது எப்படியோ, அந்த வரலாற்றுச் சின்னம் எத்தனையோ காட்சிகளைக் கண்டிருக்கும். எத்தனையோ காதல், எத்தனையோ

காதல் தோல்விகள், தனியே வந்த ராஜகுமாரிகளின் கண்ணீர்த் துளிகள் என்று எவ்வளவோ கண்டிருக்கும்.

அந்த தாஜ்மஹாலின் நினைவாக இதோ பாவைவிளக்கு படத்தில் கவிஞர் மருதகாசி எழுதிய பாடல் வரிகள்...

முகலாய சாம்ராஜ்ய தீபமே
சிரித்த முகத்தோடு நினைவில் கொஞ்சும் ரூபமே
மும்தாஜே முத்தே என் பேகமே
பேசும் முழு மதியே என் இதய கீதமே
கனியில் ஊறிடும் சுவையை மீறிடும்
இனிமை தருவதுண்மை காதலே
காலம் மாறினும் தேகம் அழியினும்
கதையில் கவிதையில் கலந்தே வாழுவோம்
காவியமா நெஞ்சின் ஓவியமா அதன் ஜீவியமா தெய்வீக
 காதல் சின்னமா
காவியமா...

11

டாக்டர் அனிதா MBBS

அந்த இரவை என்னால் மறக்க முடியாது. அது அனிதாவின் இறுதி ஊர்வலத்தைத் தொலைக்காட்சியில் நேரடி ஒளிபரப்பு செய்த இரவு. நேரம் 11.30 இருக்கும், அனிதாவின் உடல் அவருடைய வீட்டை விட்டுக் கிளம்புகிறது. கிளம்பி மயானம் சென்று உடல் எரிக்கப்படும்வரை தொலைக்காட்சியைப் பார்த்துக்கொண்டிருந்தேன். அதன் பின்னே என்னைச் சூழ்ந்த இருளை என்னால் அவ்வளவு தைரியமாக விவரிக்க முடியாது. மனத்தை இருள் முற்றிலுமாகச் சூழ்ந்த இரவு அது. என் ரத்த சொந்தத்தை இழந்த உணர்வு. ஆனால் கண்களில் கண்ணீர் இல்லை. மாறாக, கண்களில் வெறுமை அப்பியிருந்தது. என் வாழ்நாளிலே நான் சேர்த்து வைத்திருந்த அத்தனைத் தைரியத்தையும் இழந்து வெறுமை சூழ்ந்திருந்த இரவு அது. சிறிது நேரத்தில் அலைபேசி சிணுங்க ஆரம்பித்தது. அந்த நள்ளிரவில் குறுஞ்செய்திகள் ஒவ்வொன்றாக வந்து விழுந்து கொண்டிருந்தன. படிக்கத் தொடங்கினேன், நெருங்கிய நண்பன் "ஷாலின் தூங்கிட்டியா, எனக்குத் தூக்கம் வரல." தனியார் தொலைக்காட்சியின் நிகழ்ச்சித் தொகுப்பாளர் ஒருவர் "ஷாலின்ஜி மனசு ரொம்ப சரி இல்ல, அனிதா ஞாபகமா இருக்கு." கல்லூரியில் படித்துக்கொண்டிருக்கும் என் முகநூல் தோழன்,' "அக்கா, என்ன பண்றீங்க, டிவி பாத்ததுலேருந்து ஒரு மாதிரி இருக்கு. என்னக்கா நம்மளால ஒண்ணும் பண்ண முடியாமபோச்சே." இப்படி ஒவ்வொருவராய் சேர்த்து வைத்திருந்த ஆற்றாமையை வார்த்தைகளுக்குள் அடைக்க முடியாமல் திணறிக்கொண்டிருந்தனர்

ஆறுதலுக்காக நெருங்கிய நண்பரை அழைத்தேன். “ஷாலின் ரொம்ப நாளா குடிக்காம இருந்தேன். இன்னைக்கு முடியல, குடிச்சிட்டேன். நாளைக்கு ஃபோன் பண்றேன்.” அழைப்பு துண்டிக்கப்பட்டது. எப்படி எல்லோருக்கும் ஒரே மாதிரி உணர்வு இருக்கும் அந்த ராத்திரியில் என்று யாராவது கேட்டால் ஒன்றை மட்டும் சொல்லிக் கொள்ளுவேன். நாங்கள் அனைவருமே ஒரு கனவு எரிவதைக் கண் முன்னே பார்த்திருந்தோம். நாங்கள் அனைவருமே கனவுகொண்டிருந்தோம். அந்தக் கனவுகள் சில பல வழிகளில் நிறைவேறாமல்போய் பத்தாயிரம் சமரசங்களைச் செய்துகொண்டு வாழ்க்கையை ஓட்டிக்கொண்டிருந்தோம். அங்கு சிதையில் எரிந்துபோனது உடல் அல்ல, அது ஒரு குழந்தையின் கனவு. ஒரு சமூகத்தின் கனவு. பல தலைமுறைகளின் கனவு. அது சமரசத்திற்குத் தயாராகயில்லாத ஒரு கனவு. கனவு எரிவதைப் பார்த்தவர்கள் நிம்மதியாக உறங்கியதாய் உலகில் சொல் இல்லை.

கையறு நிலை என்பதை அன்று முழுவதுமாக உணர்ந்தேன். வாட்சப் குரூப் ஒன்றில் நண்பர்கள் கதவைத் தட்டினார்கள். கைகள் தானாக எழுதத் தொடங்கியது “என் மக்கள் நெலம என்னடா? நான் எப்படியோ முன்னேறிட்டேன். ஆனா அவங்க என்னடா பண்ணுவாங்க. அப்போ நாங்க எல்லாம் அவ்ளோ தானா?” தனிமனித வாழ்வில் ஆயிரம் பிரச்சினைகளை அசாத்தியமாகக் கையாண்டிருந்தபோதும் ஒரு சமூகத்திற்கு நேர்ந்த அவல நிலை, அதுவும் ஒரு பெண்ணிற்கு நேர்ந்த அநியாயம் நெஞ்சத்தில் பயத்தைக் கலந்துவிட்டுச் சென்றிருந்தது. நண்பர்கள் அனைவரும் ஏதேதோ மொழிகளில் ஆறுதல் சொல்ல அந்தக் குழந்தையின் முகத்தை நினைத்தபடியே படுத்திருந்தேன்.

அந்த முகத்தில் அப்படி ஒரு கனிவு, பரிசுத்தம். சர்ச்சுகளில் கன்னிகாஸ்த்ரீயாகப் படிக்கச் செல்லும் பெண்களின் முகத்திற்கு ஒப்பாய் இருந்தது அனிதாவின் முகம். அந்த முகத்தில் நம்பிக்கை மட்டுமே படர்ந்திருந்தது.

யோசிக்கத் தொடங்கினேன்.

அனிதா தற்கொலை செய்துகொள்வதற்கு முன் என்ன நடந்திருக்கும்?

நிச்சயமாக இது அனிதா சுயநலத்தினால் எடுத்த முடிவு அல்ல என்பது தெளிவாகத் தெரிந்தது. அன்னை இல்லை யென்றாலும் அன்னை போல் பார்த்துக்கொண்ட தகப்பன், தங்கையின் கால் தரையில் படாமல் அவளை ராஜகுமாரியைப் போல் கொண்டாடிய சகோதரர்கள். நிச்சயமாக அவள் எந்த ஒரு நெருக்கடிக்கும் தன் குடும்பத்தினால் ஆளாக்கப்பட்டிருக்க

மாட்டாள். "ஜெய் பீம்" என்று தொலைக்காட்சியில் அம்பேத்கரியம் பேசிய பெண் அவள். தில்லிவரை தனியே சென்று நீட் வழக்கைச் சந்தித்தவள். அவள் நிச்சயம் கோழையாக இருந்திருக்க வாய்ப்பில்லை.

இது எந்தக் கூச்சத்திற்கும், சமூக அசிங்கத்திற்கும் பயந்து செய்துகொண்ட தற்கொலையாக இருக்க முடியாது. ஒடுக்கப் பட்டவர்கள் இந்தச் சமூகத்தில் பார்க்காத இழிவா?

அவள் ஏன் தற்கொலை செய்துகொண்டாள்?

ஏதோ ஒரு கட்டத்தில் அனிதா, சரியாகச் சாலை வசதிகள் கூட இல்லாத, ஆஸ்பத்திரி இல்லாத அந்தக் கிராமத்திற்குத் தான் ஒரு விடிவெள்ளியாக இருப்பேன் என்று சிந்திக்கத் தொடங்கி யிருக்கிறாள். அந்த நம்பிக்கை தூள் தூளாகப் போனபோது அந்த ஊரின் மக்களுக்குத் தான் கொடுத்த வாக்குறுதியைக் காப்பாற்ற முடியாமல் போன கையறுநிலையில் அனிதா அந்த முடிவை எடுத்திருக்கிறாள். அனிதாவின் இறுதிச் சடங்கு நடந்த இரவு எனக்கு ஏற்பட்ட கையறு நிலையைவிட நூறு மடங்கு அதிகமான நிலையில்தான் அனிதா தன் உயிரைத் துறக்க முடிவு செய்திருக்கிறாள்.

துயரத்திலும் துயரம் எது தெரியுமா? அந்த முடிவை எடுத்த பிறகு அனிதா கழித்த அந்தத் தற்கொலைக்கு முந்தைய இரவுதான் அத்தனைத் துயரமாக இருந்திருக்க வேண்டும். அந்த எட்டு மணிநேரங்கள்.

அந்த நேரத்தில் அனிதாவின் மனத்தில் என்னென்ன ஓடி இருக்கும்?

அரியலூர் மாவட்டத்தில், ஒடுக்கப்பட்ட மக்களில், அதிகப்படியான மக்கள் படித்தவர்கள் இல்லை. அவர்கள் தலைமுறை தலைமுறையாகத் தொடரும் தங்கள் வறுமையின் காரணமாகக் கூலித் தொழிலில் அதிகமாக ஈடுபட்டிருந்தார்கள். அவர்கள் பெண்களின் கல்வி எட்டாவது, பத்தாவதோடு முடிந்திருந்தது. அவர்கள் 15 வயதில் எல்லாம் கூலி வேலைக்குச் சென்று, 17 வயதிற்குள் திருமணம் முடித்து, 20 வயதிற்குள் இரண்டு குழந்தைகளுக்குத் தாயாகி, கர்ப்பப்பை பிரச்சினைகள் வந்து, அந்தக் கஷ்டத்திலும் கூலி வேலைக்குச் சென்று கொண்டிருப்பார்கள். இதைப் பற்றி யோசித்திருப்பாளோ?

ஜனவரியில் அதே அரியலூரில் கூலி வேலை செய்து கொண்டிருந்த நந்தினியின் வன்புணர்வும் கொடூரமான கொலையும் அவளுக்கு ஞாபகம் வந்திருக்குமோ. தன் சமூகத்தின்

பெண்களுக்கு நம்பிக்கைச் சுடராய் இருக்கும் தருணம் கைநழுவிப் போய்விட்டதாய் நினைத்திருப்பாளோ?

சரியான மருத்துவம் கிடைக்காமல் தவறிப்போன தன் தாய், அதே வகையில் மரித்த தன் ஊரின் பெண்கள் ஆகியோரைப் போல ஆரோக்கியம் என்பது கனவாகிப்போய்விடும் என்று மனம் வெதும்பியிருப்பாளோ?

பல ஆயிரம் வருடங்கள் ஒடுக்கப்படும் தன் சமூகம் கல்வி ஓட்டப் பந்தயத்தின் வெற்றிக் கோட்டை நெருங்கும்போ தெல்லாம் அது இன்னும் கொஞ்சம் தூரம் தள்ளிப் போய்க் கொண்டே இருக்கும் நிலையைக் கண்டு அஞ்சியிருப்பாளோ?

இந்த நாட்டில் மிருகங்களுக்காகக் கண்ணீர் சிந்துபவர்கள் உண்டு. ஆனால் மனிதனைத் தீண்டத்தகாதவனாய் வைத்திருக்கும் சாஸ்திரங்களை எண்ணி உள்ளூர ஒடிந்து போயிருப்பாளோ?

எப்போதுமே மற்றவர்கள் மற்றவர்கள் என்று நம்மைப் பற்றியே பேசிக் கொண்டிருந்தவள் அவளின் மரணத்திற்குப் பின்பாவது அந்த மற்ற குழந்தைகள் தங்களுக்கு விரும்பியதைப் படிக்க ஒரு புரட்சி வெடிக்கும் என்கிற தீரா இச்சையைக் கொண்டிருந்திருப்பாளோ?

அந்த எட்டு மணிநேர இரவில் அவள் ஆயிரம் சிந்தனை களைக் கொண்டிருந்திருக்கலாம். தற்கொலைக்குக்கூட வசதியில்லாத வீடு என்று யோசித்திருக்கலாம். எவ்வளவு பெரிய துயரம் அது? மரணத்தைவிடக் கொடியது வசதி இல்லை என்கிற காரணத்திற்காக அதை ஒத்திப்போடுவது. அதுவரையிலான அந்தக் கொடூர இரவைக் கழிப்பது.

என் இரவு கழிந்தது.

அனிதாவின் இந்தக் கொடூர முடிவுக்குப் பின்னே எழுந்த கருத்துகளும் குமுறல்களும் லட்சக்கணக்கானவை. நீட் தேர்வு, அது கொண்டு வந்த ஆபத்து, அதனால் அதிகமாகப் பாதிக்கப் படும் ஒடுக்கப்பட்டவர்களின் கல்வி என்று விளக்கமான பல கட்டுரைகளையும், பல விவாதங்களையும் நாம் பார்த்து விட்டோம்.

அதையெல்லாம் மீறி ஒரு பக்கம் அந்தக் குழந்தையின் மரணத்தைக் கேலி செய்து அதை ஒரு கொண்டாட்டமாகப் பார்த்த சமூகத்தின் ஒரு பகுதியின் கோர முகத்தையும் பார்த்து விட்டோம்.

ஆயிரம் காரணங்களைச் சொன்னாலும், ஆயிரம் விளக்கங்கள் தந்தாலும் அரசு பள்ளிக்கூடங்களின் தரத்தைக் குற்றம் சொல்லும், இந்த மக்களின் மூளையின் தரத்தை ஏளனம் செய்யும் ஒரு பகுதியின் இன்னொரு முகத்தையும் பார்த்து விட்டோம்.

நெஞ்சு பொறுக்குதில்லையே என்று கதறத் தோன்றுகிறது. ஏன் தெரியுமா? உயர்ந்த கல்வி கற்றவனாக இருக்கட்டும், இல்லை தமிழர் பண்பாடு பண்பாடு என்று கூச்சலிடும் ஒருவனாக இருக்கட்டும்; இங்கே பெரும்பாலானவருக்குச் சமூகநீதி என்றால் என்னவென்றே தெரியவில்லை. சமத்துவமும் சமநீதியும் இவர்கள் பண்பாட்டில் இடம்பெறவில்லை. இவர்கள் பண்பாடு என்பது ஏற்றத்தாழ்வுகளைக் கொண்டது; இவர்கள் பண்பாடென்பது வெறும் வெளிப்பூச்சுகளால் ஆனது.

ஆளப்போறான் தமிழன், தமிழ்நாட்டைத் தமிழன்தான் ஆளணும், உலகைத் தமிழன் ஆள்வான் என்று மூலைக்கு மூலை குரல் கேட்கிறது. ஆனால் ஒன்றை மட்டும் ஞாபகம் வைத்துக் கொள்ளுங்கள். 'கற்கப்போறான் தமிழன்' என்னும் கோஷத்தை வலுப்படுத்தினால் மட்டுமே மேற்சொன்ன அனைத்தும் வசப்படும். சாதி பேதங்களை, சாதியக் கட்டமைப்புக்களைப் பண்பாட்டுக்குள் இழை இழையாகச் சேர்த்திருக்கும் தமிழ் இனம் ஆண்டால் என்ன மண்ணோடு போனால்தான் என்ன?

ஜல்லிக்கட்டுப் போராட்டங்கள் நடந்துகொண்டிருந்த காலங்களில், எங்களில் சிலர் அந்தப் போராட்டத்தை நீட்டுக்கு எதிராகவும் விவசாயிகளுக்கு ஆதரவாகவும் மாற்றுங்கள் என்று எவ்வளவோ எடுத்துச் சொன்னோம். எங்களுக்குக் கிடைத்த தெல்லாம் வசைச் சொற்களும் பண்பாடு தெரியாதவர்கள் என்கிற பட்டமும்தான். ஒரு விளையாட்டுத்தானா நம் பண்பாடு? தமிழருக்குச் சமத்துவமும் கல்வியும்தானே பண்பாடாக இருக்க வேண்டும்?

இதை இவர்களுக்குச் சொல்லிக்கொடுக்காமல்போனது யார்?

திராவிட அரசியல், எல்லோருக்கும் கல்வியைக் கொடுத்தது (சமூகநீதி), இட ஒதுக்கீட்டைக் கொடுத்தது (சமநீதி), செருப்பே அறியாத கால்களுக்குச் செருப்பைத் தந்தது, பசித்த குழந்தைகளுக்குப் படிப்புடன் கூடிய சத்துணவைத் தந்தது.

ஆம், திராவிட அரசியல் மேற்சொன்ன கல்வியையும், சமூக நீதியையும் நம் பண்பாடாக்க எல்லா முயற்சியையும் செய்தது. ஆனால் இப்பொழுது முளைத்திருக்கும் அரசியல் பிழைப்பு

வாதிகளோ நம் பண்பாட்டை மாட்டினுள் கொண்டுபோய் வைக்கும் முறையை இந்தத் தலைமுறைக்குச் சொல்லிக் கொடுத்துக்கொண்டிருக்கிறார்கள்.

அனிதா என்கிற ஒரு தலைமுறையின் கனவை எரிக்க நினைத்தவர்கள் அதன் கூடவே அம்பேத்கரையும் பெரியாரையும், சமூகநீதியையும் எரிக்கத் திட்டம் தீட்டியிருந்தார்கள். ஆனால் அவர்களுக்குத் தெரியவில்லை, அந்தத் தணலிலிருந்து ஆயிரம் ஆயிரம் பெரியார்களும், அம்பேத்கர்களும் எழுவார்களென்று. இன்று தமிழ்நாட்டில் நடந்துகொண்டிருக்கும் மாணவர் எழுச்சியே அதற்கு எடுத்துக்காட்டு. இவற்றை யெல்லாம் பார்க்கும்போது இழந்த அத்தனை நம்பிக்கையும் திரும்பத் துளிர்விடுகிறது. இதோ அனிதாவின் கனவை எங்கள் கைகளில் ஏந்தியிருக்கிறோம். சிதறவிட மாட்டோம். ஒடுக்கப் பட்ட சமூகத்தின் தலைமுறைக் கனவுகளை நிஜமாக்க இனிப் பல இரவுகள் உறக்கம் இழக்கத் தயாராக இருக்கிறோம்.

சிறு வயதில் தன் அப்பாவிடம் அனிதா கேட்டிருந்தாள். "அப்பா டாக்டருக்கு ஏன் இவ்வளவு மரியாத?" "உசுர காக்குற கடவுள் ஆத்தா அவங்க." அப்பா சொல்லியிருந்தார். இறந்தாவது கடவுள் ஆவேன் என அனிதா அந்த இரவு நினைத்திருப்பாள்.

இதற்குமேல் எழுத முடியவில்லை, மனம் கனக்கிறது. அன்று வராத கண்ணீர் இன்று கண்களில் கடலாய்.

குமுதம், 13-09-2017

12

சுதந்திரத்தின் நிறம் சிவப்பு

பதினாறு வயதிலிருந்தே எனக்குத் தாயாகும் ஆசை இருந்தது. மற்றவர்கள் காதலனைத் தேடும் அந்தக் காலத்தில் எனக்குத் தாய்மை உணர்வு மேலோங்கியிருந்தது. இன்றுவரை குழந்தை பெற்றுக்கொள்ளாவிட்டாலும் குழந்தைகளுக்கான அந்த அதீத அன்பும் நேசமும் மனம் முழுதும் பரவிக் கிடக்கின்றன. ஆனால் சில நாட்களுக்கு முன் நடந்த அந்த விஷயத்தைக் கேள்விப்பட்டபோது என் அடி வயிற்றில் கூர் வாளைக்கொண்டு கிழித்ததைப் போல் ஒரு கோர உணர்வு. ஆம், பாளையங் கோட்டையைச் சேர்ந்த சாஃரின் ஹாஜிரா என்கிற 12 வயதே ஆன ஒரு பெண் குழந்தையின் தற்கொலை செய்திதான் அது. மன்னிக்கவும்... தற்கொலையல்ல, கொலை. பெண் உடலில் நிகழும் இயற்கையின் அழகிய மாற்றங்களைத் தீட்டு, அசிங்கம் என்று கூறி இழிவுபடுத்தி ஒரு சின்னஞ்சிறு குழந்தையைத் தற்கொலை, செய்துகொள்ள வைத்த இந்தச் சமூகமும் சமூகத்தின் போலிக் கோட்பாடுகளும் செய்த படுகொலை அது.

இரண்டு மாதத்திற்கு முன்புதான் வயதிற்கு வந்த அந்தச் சிறுமியின் சீருடை உதிரப்போக்கினால் கறைபட்டதற்காக சிறுமியின் ஆசிரியை எல்லோர் முன்பும் கடுமையாகத் திட்டியிருக்கிறார், அவளுக்கு ஒரு நாப்கினுக்குக் கூட ஏற்பாடு செய்யாமல் தலைமை ஆசிரியரிடம் கொண்டுபோய் நிறுத்தியிருக்கிறார். அவரும் சிறுமியைத் திட்டியிருக்கிறார். அந்த வசைகளைத்

தாங்கிக்கொள்ள முடியாமல் அந்தக் குழந்தை சரியாக எழுதக்கூடத் தெரியாமல் ஒரு கடிதத்தை எழுதி வைத்துவிட்டுப் பக்கத்து வீட்டு மாடியிலிருந்து குதித்துத் தன் உயிரை மாய்த்துக் கொண்டாள்.

சில வாரங்களுக்கு முன்பு சமூக வலைத்தளங்களில் சானிடரி நாப்கின் பற்றி சில பெண்கள் விழிப்புணர்வுக் கட்டுரைகள் எழுதினார்கள். சானிடரி நாப்கின் பாக்கெட்டை ஏன் கருப்புக் கவரில் சுற்றி கொடுக்கிறீர்கள் என்று ஒரு சிறுமி கதாபாத்திரம் *'Lipstick under my burkha'* படத்தின் டிரெய்லரில் கேட்டிருப்பார். அதன் தொடர்ச்சியாக எழுந்த சமூகப் பதிவுகள் அவை. அந்தப் பதிவுகளில் ஏன் பெண்கள் மாதவிடாய் என்கிற விஷயத்தைப் பற்றி அசிங்கப்படக் கூடாது என்று பெண்கள் எழுதியிருந்தார்கள். சானிடரி நாப்கின் வாங்க இன்னும்கூடக் கடைகளுக்கு அண்ணன் தம்பிகளை அனுப்புவோரைப் பற்றி எழுதியிருந்தார்கள். மாதவிடாய் நாட்களில் அலுவலகத்தில் இருந்தால் அங்கே அதை மாற்றும் வசதிகள் இல்லாதது பற்றிப் பெண்கள் வாய்திறக்கக் கூச்சப்படுவதை எழுதியிருந்தார்கள். பெண்கள் நாப்கின் வேண்டுமென்று மற்ற பெண்களிடம் எப்படி ரகசியமாய்ப் பேசிக்கொள்கிறார்கள் என்பதைப் பற்றி எழுதி யிருந்தார்கள். இந்த விஷயங்களினால் பெண்கள் எப்படி உடல் ரீதியாகப் பாதிக்கப்படுகிறார்கள், எப்படி உளவியல்ரீதியாகச் சித்திரவதைக்கு ஆளாகிறார்கள் என்று எழுதியிருந்தார்கள். இன்னும் சில பேர் எப்படி இந்தியாவின் பல கிராமங்களில் பெண்கள் சானிடரி நாப்கின் என்றால் என்னவென்றே தெரியாமல் இருக்கிறார்கள் என்ற கசப்பான உண்மையை உரக்கச் சொன்னார்கள்.

இவை எல்லாம் நடந்துகொண்டிருக்கும்பொழுது பல ஆண்களும் ஏன் பெண்களும்கூடச் சானிடரி நாப்கின் பற்றியும் மாதவிடாய் பற்றியும் எழுதுவதை, பேசுவதைக் கிண்டல் செய்ய ஆரம்பித்தனர். பெண்கள் என்றாலே இதைப் பற்றி மட்டும்தான் பேச வேண்டுமா, மாதவிடாய் பற்றிப் பேசி என்ன கிழிக்கப் போகிறீர்கள், பெண்கள் எல்லாம் எப்பொழுதோ முன்னேறிவிட்டார்கள், நீங்கள் செய்வது தேவையில்லாத வேலை என்று எள்ளி நகையாடினார்கள். இன்னும் ஒருபடி மேலே பொய் மாதவிடாய் பற்றிய விழிப்புணர்வுக் கட்டுரைகளை எழுதிய பெண்களைத் திட்டித்தீர்த்தார்கள். அந்த அத்தனைப் பேர் கைகளிலும் இன்று ஹாஜிராவின் ரத்தம் வழிகிறது.

கிமு, கிபி என்கிற புத்தகத்தில் கார்ட்டூனிஸ்ட் மதன் ஒரு விஷயத்தைச் சொல்லி இருப்பார். உலகத்தில் பெண்ணுக்கு மட்டுமே படைக்கும் ஆற்றல் இருந்தது. இதைக் கண்டு மலைத்த

ஆண் முதலில் அவளை வழிபடத் தொடங்கினான். பின்பு அவள் பேராற்றல் அவனை அடிமைப் படுத்திவிடும் என்கிற எண்ணத்தில் மாதவிடாய் – தீட்டு என்கிற விஷயத்தைத் தோற்றுவித்து அவளை மெல்ல மெல்லத் தனக்கு அடிமையாக்கும் முயற்சியில் ஈடுபட்டான்.

ஆம், ஆதிமனிதன் அதிசயித்துத்தான் போனான். கொஞ்சநஞ்சமல்ல, வாய் திறந்து ஆவென மலைத்துப் போனான். மருத்துவம் என்று ஒன்று இல்லாமல் சிறிது அடிபட்டாலும் மனிதன் இறந்துகொண்டிருந்த காலத்தில் ஐந்து நாட்கள் உடலிலிருந்து குருதி கொட்டினாலும் பெண் சாக வில்லை. மாறாக, அதற்குப் பின்தான் அவள் இன்னும் பலம் பெறுகிறாள். அவனோடு கலவி கொள்கிறாள். ஒன்பது மாதங்களில் ஒரு குழந்தையை வெளியே தள்ளுகிறாள். அப்பொழுதும் அவள் இறக்கவில்லை. இதைக் கண்ட ஆதி மனிதன் மிரண்டு போனான். அவளை "பராசக்தி" என்றான், "சக்தி" என்றான். அவளை வழிபடத் தொடங்கினான். அம்மன் வழிபாடு இப்படித்தான் தொடங்கியது. அவனே பூஜை செய்தான். பெண்ணைக் கேட்டே எல்லா விஷயமும் நடந்தது. எப்போது வேட்டைக்குப் போக வேண்டும், என்ன மருந்து போடுவது, எப்போது விதைப்பது, எப்போது அறுவடை செய்வது... சமூகக் கட்டுப்பாடுப் பெண்ணின் கையில் இருந்தது.

காலங்கள் மாறின, ஆணும் மாறினான். தன் கட்டுப்பாட்டில் விஷயங்களைக் கொண்டுவரத் துடித்தான். அவள் இடத்தில் தன்னை வைக்க முற்பட்டான். அவளின் மாதவிடாயை அசிங்கம் என்றான், தீட்டு என்றான். அவளை வெட்கிப் போகச் செய்தான். அவளை ஒதுக்கினான், முடக்கினான்.

எது இதுவரையில் அவளின் பலமாக இருந்ததோ அதையே அவளின் பலவீனமாக மாற்றினான்.

தாய்மை அழகான விஷயம். அந்த விஷயத்திற்குப் பெண்ணின் உடலை, மனத்தைத் தயார்படுத்தும் இயற்கையின் மாயாஜாலம்தான் உதிரப்போக்கு.

அந்த மாயாஜாலத்தை வக்கிரமாக மாற்றியது இந்தச் சமூகத்தின் போலி கட்டமைப்புகள். இயற்கையை மீறிய மனிதனின் ஆதிக்கச் சிந்தனைகள். இதற்குப் பலி இந்தியப் பெண் களின் நிம்மதியும் தன்மானமும் ஆரோக்கியமும். இப்பொழுது ஒரு குழந்தையையே பலியாகக் கொடுத்திருக்கிறோம்.

மாதவிடாயும் அது சார்ந்த விஷயங்களும் அசிங்கம் என்று கட்டமைத்ததன் விளைவாக இன்று பல பெண்கள் அது

தொடர்பான தெளிவு இல்லாமல் அவர்களின் ஆரோக்கியம் பின்னுக்குத் தள்ளப்பட்டிருக்கிறது. கர்ப்பப்பை, பெண்ணுறுப்பு சார்ந்த தொற்றுகளும், நோய்களும் அதிகரித்திருக்கின்றன. சமீபத்திய ஆய்வின்படி இந்தியாவின் கிராமங்களில் வெறும் ஐந்து சதவிகிதப் பெண்கள் மட்டுமே சானிடரி நாப்கின்கள் பயன்படுத்துகிறார்கள். மற்றவர்கள் துணி மட்டுமே பயன்படுத்தி அதனால் நடைமுறைச் சிக்கல்களுக்கு ஆளாகிறார்கள். இந்தியாவில் நான்கில் ஒரு பெண் குழந்தை பருவமடைந்ததும் மாதத்தில் தோராயமாக மூன்று நாட்கள் பள்ளிக்குச் செல்வ தில்லை. பருவமடைந்த பின் பல பெண்கள் பள்ளிக்குச் செல்வதை நிறுத்திவிடுகிறார்கள் என்று அந்த ஆய்வு சொல்கிறது. இங்கே ஆரோக்கியம் மட்டுமல்ல, அவர்களின் கல்வியும் அது தரும் முன்னேற்றமும் தடுக்கப்படுகின்றன. இதற்கெல்லாம் காரணம் மாதவிடாய் அசிங்கம் என்று கருதும் பொதுப்புத்தியே.

இதே நிலையில்தான் பல சிறுமிகள் பருவமடைந்த பின் தங்களுக்கு வரும் உடலியல் மாற்றங்களை அசிங்கம் என்று நினைத்து அவர்களுக்கு ஏற்படும் வலி, வியாதி போன்ற விஷயங்களைப் பெரியவர்களிடமிருந்து மறைத்துவிடுகிறார்கள்.

இங்கே நாம் செய்ய வேண்டியது என்ன?

தயவுசெய்து வெளிநாடுகளிடமிருந்து கற்றுக்கொள்வோம். வெளிநாட்டு ஃபோன் வாங்கி வைத்துக்கொள்ளத் தெரிந்த நமக்கு வெளிநாட்டு மனநிலை வரவில்லை. வெளிநாடுகள் மஞ்சள் நீராட்டு விழாக்கள் கொண்டாடுவதில்லை, மாறாக, குழந்தைகளுக்கு அவர்கள் உடம்பில் நிகழும் மாற்றங்களைப் புரிய வைக்கிறார்கள், அவர்கள் அச்சத்தைக் களைகிறார்கள், அவர்களை உடலளவிலும், உளவியல்ரீதியாகவும் தயார் செய்கிறார்கள்.

அதுமட்டுமல்ல, அந்தப் பெண்ணின் சகோதரர்களுக்கும் அதைப் பற்றிப் புரியவைக்கிறார்கள். இதன் மூலம் அந்தக் குழந்தைகள் சிறுவயது முதலே தங்கள் ஆரோக்கியத்தைப் பேணிக் காத்துக்கொள்கிறார்கள். அவர்களின் ஆண்களும் அவர்களை இந்த விஷயத்திற்காகக் கிண்டலடிப்பது இல்லை. பள்ளிகளிலேயும் ஆண் – பெண் இருபாலருக்கும் எனப்படும் பாலியல் கல்வியில் இதைப் பற்றியும் சொல்லித் தருகிறார்கள். முக்கியமான விஷயம், எக்காரணத்தைக் கொண்டும் இயற்கை தந்த இந்தக் கொடையை அவர்கள் தீட்டு என்று சொல்வது கிடையாது.

இங்கே இந்த நாட்டிலும் இதுதான் தேவைப்படுகிறது. இங்கு பெண்ணைத் தெய்வமாய்ப் பார்க்க வேண்டாம்.

மாறாக, பெண்ணை ரத்தம், நரம்புகள், உணர்வுகள் நிறைந்த ஒரு உடலாய் முதலில் பார்க்கத் தொடங்க வேண்டும். அந்த உடலில் நிகழும் மாயாஜாலங்களைப் பெண்களுக்கும் குறிப்பாக ஆண்களுக்கும் கட்டாயக் கல்வியாக்கி அவர்களைப் பள்ளியிலேயே தெளிவாக்குவோம். பெண் படைப்பாற்றலின் சாரம். அவள்தான் உதிரத்தைக் கருவாக்குகிறாள், அந்த உதிரத்திலிருந்து தான் நாம் பிறக்கிறோம். ஒன்பது மாதங்கள் ஒரு உயிர் அந்த உதிரத்தில்தான் திளைக்கிறது. அந்த உதிரம் புனிதம். இந்த மனநிலையை ஆண்களும் பெண்களும் சரி விகிதத்தில் புரிந்து தெரிந்துகொள்ளும் அவசியம் இந்த நவீன நூற்றாண்டில் இருக்கிறது.

தமிழில் மாதவிடாய் பற்றிய ஒரு ஆவணப் படம் இருக்கிறது (கீதா இளங்கோவன் இயக்கியது). பள்ளி, கல்லூரிகளில் அது காட்சிப்படுத்தப்பட வேண்டும். குறிப்பாக, கிராமங்களில் மாதவிடாய் பற்றிய விழிப்புணர்வு அரசு சார்பாகக் கொண்டுசெல்லப்பட வேண்டும். சமூக வலைத் தளங்களில் பாலினப் பேதமில்லாமல் பலரும் இதைப்பற்றி எழுத வேண்டும். இது மட்டுமே இந்தியாவின் பெண்களைக் காப்பாற்ற உதவும். இன்னொரு உயிர்ப்பலியை.

மேலே சொன்ன விஷயங்கள் நடக்கும்போது கேலி செய்யாதீர்கள். ஏனென்றால் இன்று ஹாஜிராவுக்கு ஏற்பட்டது நாளை என் மகளுக்கோ இல்லை உங்கள் பிள்ளைக்கோ நடக்கலாம். பலி கொடுத்துவிடாதீர்கள்.

இந்தியா சுதந்திரம் அடைந்துவிட்டதாகச் சொல்கிறார்கள். ஆனால் எப்போது என் இந்தியப் பெண் உடலளவிலும் சுதந்திரம் அடைகிறாளோ அன்றே என் நாடு சுதந்திரம் பெற்றதாய் நான் சொல்வேன்.

உதிரம் புனிதம்.

குமுதம், 6–09–2017

13

மயக்கமா கலக்கமா

எனக்கு அப்போது 22 வயது. ஒரு பெண்ணாக அந்த வயதில் சந்திக்கக் கூடாத பல விஷயங்களைச் சந்தித்துத் தோற்றுப்போன மனநிலையில் இருந்தேன். உடம்பில், மனத்தில் அடிபட்ட ரணங்கள் ரத்த வாடையுடன் இருந்தன. வாழ்க்கையின் கோரமுகத்தை ஒரு வருடம் நேருக்கு நேர் பார்த்த சோர்வு. எல்லாம் முடிந்ததென்று சமூகம் சொல்ல, நண்பர்கள் கைவிட, உறவினர்கள் முணுமுணுக்க, கண்ணுக்கெட்டிய தூரம்வரை இருள் சூழ்ந்திருக்க, தூக்க மாத்திரைகள் கைகொடுத்தன.

பொது மருத்துவமனை *Trauma* வார்டில் அரை மயக்கத்தில் இருந்த என்னைக் கிடத்த இடம் இல்லாமல், ஏற்கெனவே விபத்தில் இறந்த ஒருவரைத் தூக்கி போட்டுவிட்டு அந்த ரத்தம் தோய்ந்த ஸ்ட்ரெச்சரைத் துடைத்துவிட்டு அப்படியேக் கிடத்தினார்கள், மூக்கில் குழாய்கள் பொருத்தப் பட்டன. நேரம் மாலை 6.30 மணி.

கண்விழித்துப் பார்த்தபோது பெரியார் மடியில் படுத்திருந்தேன். பாரதி கால் அமுக்கி விட்டுக் கொண்டிருந்தார், தஸ்லிமா நஸ்ரின் கைகளைப் பற்றிக்கொண்டிருந்தார். "ஏன் இப்படி?" பாரதி கேட்டார். "நண்பர்கள் இல்லை எனக்கு" என் பதில். "அப்போது நாங்கள் யார், எங்களை ஏன் மறந்தாய்?" பெரியாரின் குரலில் ஒரு நடுக்கம்.

"வாழ்க்கை முடிந்துவிட்டதா எனக்கு?" தஸ்லிமாவிடம் கேட்டேன். "உன் தலைக்கு விலை இருக்கிறதா? உன்னை நாடு விட்டு நாடு உயிருக்குப்

பயந்து ஓட விட்டிருக்கிறார்களா?" என்று தஸ்லிமா கேட்டார். 'இல்லை' என்று தலையாட்டினேன்.

"என் தலைக்கு விலை இருக்கிறது, என் சொந்த மண்ணில் ஒரு நாள் தலைவைத்து உறங்க என்னால் முடியாது. மாதம் ஒரு நாடு ஓடிக்கொண்டிருக்கிறேன். ஆனாலும் பார், அடுத்து வரப்போகும் சூரிய அஸ்தமனத்தை ரசிக்க குளித்து, உடுத்தி, அலங்காரம் செய்து, வாசனைத் திரவியம் அணிந்து, தேயிலைக் கோப்பையுடன் தயாராக இருக்கிறேன். சூரிய உதயங்களைவிட அஸ்தமனங்கள் முழுமையானவை தெரியுமா உனக்கு" என்று சொன்ன தஸ்லிமா முகத்தில் மரண பயம் துளிக்கூட இல்லை. அஸ்தமனத்தைக் காணக் காத்திருக்கும் நிலவு போல் இருந்தது அவர் முகம்.

"தனிமை பயமாக இருக்கிறது" என்று சொன்னேன் பாரதியைப் பார்த்து. கொக்கரித்துச் சிரித்தார்.

"பைத்தியக்காரர்கள் தனிமை தெரியுமா உனக்கு? என்னைக் கேள் சொல்கிறேன். அக்ராஹாரத்தில் கவிதை எழுதிய பைத்தியக்காரன் நான். என் குலப் பெண்களே விரும்பாத பெண் விடுதலை பேசிய பைத்தியக்காரன் நான். குருவிகளிடத்தில் காதல் கொண்ட பைத்தியக்காரன் நான்.

ஞானப் பைத்தியங்களை உலகம் தனிமைப்படுத்திவிடும்.

அந்தத் தனிமையை நேசிக்க பழகிக்கொள். தனிமை மலைகளோடும், பறவைகளோடும், நதிகளோடும் பேசும் கலையைக் கற்றுக்கொடுக்கும். விரும்பும் நேரத்தில் இந்தத் தனிமை உனக்குக் கிட்டாமல் போகலாம். கிடைக்கும்போது அனுபவித்துவிடு. இயற்கையைக் காதல் செய், தனிமையில் உன்னைக் கண்டுபிடி. வெற்றி பெற்றவனோ, தோல்வியுற்றவனோ இருவருக்கும் தனிமை பொதுவானது. பைத்தியமாய் இரு. இதோ இன்னும் ஒரு பைத்தியக்காரத்தனத்திற்கு என்னைத் தயார்படுத்திக்கொண்டிருக்கிறேன்" என்றார்.

மடியில் கிடத்தியிருந்த பெரியாரின் முகம் தெரியவில்லை, குரல் கேட்டது. "இந்தியாவுல பொண்ணா பொறக்குறதே சாபம்தான். இந்த நாட்டோட நெறைய பொண்ணுங்க மாதிரி உங்கம்மா கர்ப்பத்துலேயே உன்னக் கொன்னுருக்கலாம், இல்லை பொறந்த பின்னாடி கொன்னுருக்கலாம், இல்லை, படிக்கவைக்காம நிறுத்தியிருக்கலாம், மூஞ்சில ஆசிட் அடிச்சிருக்கலாம், ஈவ் டீஸிங்குற பேர்ல செத்துருக்கலாம். ஆனா அதெல்லாத்தையும் கடந்து நீ உயிரோட இருக்க. உன் கஷ்டம் எனக்குப் புரியுது. ஆனா உனக்குத் தலைவலி வந்தாதான்

இன்னொருத்தரு தலைவலி புரியும். உனக்கு வந்த கஷ்டத்துக்கு நன்றி சொல்லு. மத்த பொண்ணுங்களுக்கு அந்தக் கஷ்டம் வராம பாத்துக்க. சமூகநீதி பேசு, அதுக்காகப் போராடு. சமூகத்துல குரல் இல்லாதவர்களுக்கு நீ கொரலா இரு. இந்தக் கிழவன் பேராசைக்காரன். எனக்கு என் ஆயுசு பத்தலே... உன்ன மாதிரி பொண்ணுங்க வாழ்ந்தா நானும் வாழ்ந்துட்டே இருப்பேன்."

"ஆனா சமூகநீதி பாத ரொம்ப கரடுமுரடானது, எனக்கு அவ்வளவு பலம் இல்லையே?"

"எனக்கு ரொம்ப நாள் முன்னாடி ஒரு செருப்பு கெடச்சுது. அதோட ஜோடி செருப்பைத் தேடிக்கிட்டு இருக்கேன். நீ சமூகநீதி பேச ஆரம்பிச்சதும் இன்னொரு செருப்பு உனக்குக் கிடைக்கும். ரெண்டையும் போட்டுட்டு ஜோரரா நட. பாதைல இருக்க கரடுமுரடு ஒண்ணும் பண்ணாது" என்று சொல்லிவிட்டுப் பெரியார் மூத்திரப்பையைக் கையில் பிடித்தபடி எழுந்துகொண்டார்.

"இவ்ளோ கஷ்டத்துலேயும் என்ன பாக்க வந்திருக்கீங்க மூணுபேரும், எனக்கு எவ்ளோ நிம்மதி தெரியுமா?"

"நீயும் இதையே மற்றவருக்குச் செய். நடக்கக்கூட முடியாத கிழவன், அந்தப் பைத்தியக்காரக் கவிஞன், நாடுகடத்தப் பட்டவள் இவர்கள்கூட யாருக்கோ தேவைப்படுகிறார்கள். எல்லாம் முடிந்ததாக நீ நினைத்துக்கொண்டிருக்கும் நீயும் யாருக்கோ தேவைப்படுவாய். அதற்காகவாவது வாழ். ஏழையின் வீட்டுக் கதவும் ஒருநாள் தட்டப்படும், அவனைவிட ஏழ்மை யான ஒருவனால். அதனால். . . வாழு."

மூவரும் மறைந்தனர்.

இந்த பன்னிரண்டு ஆண்டுகளில் நான் எவ்வளவோ சந்தித்திருக்கிறேன். தினமும் ஒரு போராட்டம், தினமும் ஒரு போர். வாழ்க்கையை முடித்துக்கொள்ளும் எண்ணம் பலமுறை வந்துபோகும். ஆனால் ஒவ்வொரு முறையும் என்னைப் போல் யாரோ ஒருவர் இருப்பார், அவர் என்னைத் தேடி வருவார். அப்போது நான் இங்கே இருப்பது அவசியம் என்று நித்தம் மரித்து நித்தம் ஒரு உயிர் பெற்றேன். மரித்தல் என்று நான் இங்கு குறிப்பிடுவது வாழ்வின் கடைசி நொடிவரை சென்று திரும்புவது. அப்படித் திரும்பும்போதெல்லாம் ஒரு புது பலம் என்னைத் தொற்றிக்கொள்ளும். மறுநாளே என் கதவுகள் தட்டப்படும்.

பலரும் என்னிடம் கேட்பார்கள், உங்களுக்குப் பயமே இல்லையா என்று. உண்மை என்னவென்றால் மரணத்தின்

விளிம்புவரை சென்று வந்தவர்களுக்கு அதற்குப் பின்னே வரும் பிரச்சினை எல்லாம் தூசிதான்.

சவாலெல்லாம் அந்த மரணத்தின் எல்லைவரை சென்று திரும்பி வருவது. அந்த நேரத்தில் நாம் பொதுவாகத் தனிமையில் இருப்போம், பேசுவதற்கு யாரும் இருக்க மாட்டார்கள், இதயத்தின் அவசரத் துடிப்பில் சுற்றத்தைப் பற்றிய கவலை இருக்காது. ஆதரவற்ற நிலை இருக்கும். அப்பொழுது நமக்கு உதவ ஒன்றும் இருக்காது, ஒன்றைத் தவிர. அது, என்னைத் தேடி யாரோ வருவார்கள் என்ற நினைப்பு. என் கதவுகள் தட்டப்படும், நான் இருக்க வேண்டும். அந்த ஒரு நினைப்பு போதும் நம்மைத் திரும்பி வரச் செய்ய.

நாம் ஆறுதலுக்காகத் தத்தளிக்கும் அந்த நொடி, இன்னும் சில உயிர்கள் அன்பிற்காக விசும்பிக்கொண்டிருக்கின்றன. அவர்களுக்காக வாழ்வோம்.

22 வயதில் மரணித்திருக்க வேண்டியவள் இந்த 12 வருடங்களில் பலரின் வாழ்வைத் தொட்டிருக்கிறேன். பலரின் தற்கொலை எண்ணத்தை மாற்றியிருக்கிறேன்.

வாழ்வு முடிந்துவிட்டது என்று நினைத்த 12 வருடத்தில் வாழ்வு அழகாக மாறியிருக்கிறது. முன்னேறியிருக்கிறேன். நான் நினைத்துக்கூடப் பார்க்காத பல பிரமாதமான விஷயங்கள் நிகழ்ந்திருக்கின்றன, இதை நான் எழுதுவதுகூட என் வாழ்க்கை மற்றவருக்கு ஒரு *Case Study*யாக இருக்கக்கூடும் என்கிற நம்பிக்கையில்தான். நானே இப்படியாகும்போது உங்களால் முடியாதா ?

தற்சமயம் உங்கள் கையில் மாத்திரைகளோ, விஷமோ, துப்பட்டாவோ, அல்லது எல்லாம் முடிந்தது என்கிற எண்ணமோ இருந்தால் இதை ஞாபகம் வைத்துக்கொள்ளுங்கள். ஒருநாள் உங்கள் கதவு தட்டப்படும். அதற்காகக் காத்திருங்கள். வாழுங்கள்.

வாழ்க்கை என்றால் ஆயிரம் இருக்கும்

வாசல்தோறும் வேதனை இருக்கும்

வந்த துன்பம் எதுவென்றாலும், வாடி நின்றால் ஓடுவதில்லை

எதையும் தாங்கும் இதயம் இருந்தால், இறுதிவரைக்கும் அமைதி இருக்கும்.

உனக்கும் கீழே உள்ளவர் கோடி

நினைத்துப் பார்த்து நிம்மதி நாடு.

14

கலாச்சாரம்

இந்தியாவைப் பொறுத்தவரை கலாச்சாரம் என்பது ஒரு பிரிவினரை இன்னொரு பிரிவினர் அடிமைப்படுத்த உபயோகிக்கும் ஒரு கருவி மட்டுமே.

நமது தற்போதைய கலாச்சாரத்தில் பெண்களுக்கு எதிரான விஷயங்களின் வேர் மனு ஸ்மிருதியில் இருக்கிறது.

ஒடுக்கப்பட்டவர்களுக்கு எதிரான விஷயங்கள் எல்லாம் சனாதன அதர்மத்தை மையமாகக் கொண்டது.

இந்தக் கலாச்சாரம் ஆண்களுக்கு வசதியாக வும் பெண்களுக்குப் பாரமாகவும் இருக்கும் ஒருதலைப்பட்சமான கலாச்சாரம்.

ஒரு ஆண் வெறிகொண்டு நிகழ்த்தும் ஒரு செயலிலிருந்து தப்பிக்கப் பெண்களின் ஆடை, சுதந்திரம், பேச்சு, முகபாவனை, உடல் உறுப்புகளின் அளவு என்று ஏதேனும் ஒன்றின்மீது பழியைப் போட்டுவிட்டு ஓடிவிடலாம். உதாரணம், நிர்பயா வழக்கில் அரசுத் தரப்பு வக்கீல் எடுத்துவைத்த கேவலமான வாதங்கள்.

நேற்று மாடு புனிதம் என்று சொன்னபோது தடுக்காமல் விட்ட பாவம்தான் இன்று அக்லாக்கின் உயிரையும், ஜூனையின் உயிரையும் காவு வாங்கியிருக்கிறது.

இன்று ஆடைக் கட்டுப்பாடு, பெண் ஒழுக்கத்தைப் பற்றி வழக்குப்போடும் காட்டுமிராண்டிக் கட்சிகள் நாளை பாவாடை அணிந்து ரோட்டில் செல்லும் பெண்ணை என்ன வேண்டுமானால் செய்யலாம், பப்பிலிருந்து வெளியே வரும் பெண்களிடம் அத்துமீறலாம் (மங்களூர் போல்). பெண்கள் ஆண்களோடு பஸ்ஸில் உட்காரக் கூடாதென்று அரசு ஆணைகூடப் பிறப்பிக்கலாம்.

கலாச்சாரம் என்பது இந்த நாட்டிலே கோழித்திருடப் போகிறவன் போர்த்திக்கொண்டு போகின்ற ஜமுக்காளம் தான்.

15

எம்ஜிஆரின் போஜனங்கள்

ஒருவர் உணவு உண்ணும் விதத்தை வைத்தே அவர் எந்த மாதிரியான மனநிலையில் உள்ளார் என்பதனைப் பெரும்பாலும் கண்டுபிடித்து விடலாம்.

குறிப்பாகச் சொன்னால் எனக்கு எம்ஜிஆர் பொதுமக்களுடன் அமர்ந்து உணவு உண்ணும் படங்கள், காணொளிகள் என்றால் கொள்ளை இஷ்டம். அந்தப் படங்களையும் காணொளிகளையும் நன்றாகப் பார்த்தோமானால் நமக்குச் சில விஷயங்கள் தெளிவாகத் தெரியவரும்.

1. அவர் உட்கார்ந்து உண்ணும் லாவகம், அவர் அந்த இடத்தின்மீதும் பக்கத்தில் இருக்கும் மனிதர்கள் மீதும் எந்தப் பாகுபாடும் பார்க்கவில்லை என்பதை உணர்த்தும்.

2. அவர் உணவைக் கையில் எடுக்கும் விதம், அவர் அந்த உணவையும் அதைக் கொடுத்த மனிதரையும் எப்படி மதிக்கிறார் என்பதைத் தெளிவாகக் காட்டும்.

பொதுவாக, நாம் ஹோட்டலில் சாப்பிடுவதற்கும் வீட்டில் சாப்பிடுவதற்கும் வித்தியாசம் இருக்கும். வீட்டில் உணவை இயல்பாக எடுத்துக் கொஞ்சம் பெரிய உருண்டைகளாகச் சிறிதும் தயக்கமும் இல்லாமல் வாயில் போடுவோம். அது போல் சாப்பிடுவோர் தன் வீட்டில், தன் உறவினர் சமைத்தது போல் பொது இடத்திலும் சாப்பிடுவார்.

3. அவர் முகத்தில் சிரிப்பு, சின்ன குதூகலம். எத்தனைச் செல்வம் இருந்தாலும் அப்போது சாப்பிடும் உணவு தனக்கு அவ்வளவு மகிழ்ச்சியை அளிப்பதைத் தவறாமல் முகத்திலும் உடலிலும் காட்டிக்கொள்வார். அவர் பக்கத்தில் சாப்பிடும் அந்த ஏழைக்கு இதைப் பார்க்கும்போது, பசி என்கிற விஷயம் மனிதனில் ஏற்றத்தாழ்வுகளைச் சுக்கு நூறாய் உடைத்துப் போடுகிற ஆயுதமாகத் தெரிகிறது. பக்கத்தில் இருப்பவர் முதலமைச்சர் அல்ல, என்னைப் போல் பசித்த மனிதனே என்கிற நிம்மதியோடு அவன் சாப்பிடுகிறான்.

4. அவர் தன்னுடன் இருப்போரைக் கவனித்துக்கொள்ளும் விதம். தான் உண்ணுவதோடு இல்லாமல் பக்கத்தில் அமர்ந்திருப்பவரைப் பார்த்துக்கொள்வது, எப்படிப் பொதுமக்களை எம்ஜிஆர் தன் சொந்தங்களாக நினைத்தார் என்பதைப் படம் பிடிக்கிறது.

'என் ரத்தத்தின் ரத்தங்களே' என்ற சொல்லுக்கேற்ப மதம், சாதி, வர்க்கம் எல்லாவற்றையும் கடந்த போஜனங்கள்தான் எம்ஜிஆரின் போஜனங்கள்.

மதம், சாதி இவைகளைச் சுமந்துகொண்டு நல்லிணக்கம் என்கிற பெயரில் பாசாங்கு செய்யாமல், மதம், சாதி வர்க்க பாகுபாட்டை உடைத்துப் பசியால் ஒன்றுபட்ட சமூகநீதி போஜனங்கள் அவை.

அதனால்தான் எம்ஜிஆர் இன்றும் மக்களின் மனதில் வாழ்கிறார்.

16

சாவு மேளம்

என் திருமண வரவேற்பில் பறை ஆட்டம் இருக்கும் என்று என் அலுவலக நண்பரிடம் சொல்லிக்கொண்டிருந்தேன்... காரைக்குடியைச் சேர்ந்த அவர் இதைக் கேட்டதும் முதலில் சொன்ன வார்த்தை *"அய்ய, அது சாவுமேலம்ல?"*

சாவு மேளம். பறையை இந்தச் சமூகம் இப்போதும் பரவலாக அழைத்துக்கொண்டிருக்கும் பெயர்.

பறையும் அதை வாசிப்பவரும் இன்றும் தமிழ்நாட்டின் பல மாவட்டங்களில் அசிங்கமாகவே பார்க்கப்படுகிறார்கள்.

மனிதனைத் தீண்டத்தகாதவனாகிய சாதிப் பேய், அவனுடைய வாழ்வியலையும் வாழ்வியலோடு தொடர்புடைய கருவிகளையும் தீண்டத்தகாதவையாக மாற்றி வைத்திருக்கிறது.

கலையில்கூட உயர்ந்தது, தாழ்ந்தது என்கிற பிரிவினையை இந்தியச் சமூகம் உருவாக்கி வைத்திருக்கிறது.

பறை ஆதி இசைக் கருவி. எல்லா இசைக் கருவிகளுக்கும் தாய் பறை.

பறை என்ற சொல்லுக்கு "பேசு / சொல்" என்று பொருள்.

பறையர்கள் பறை இசையைப் பயன்படுத்திய இடங்கள்...

மன்னன் எதிரி நாட்டுக்குச் சென்று போர் புரியும் முன் அங்குள்ள போர்புரியவியலாத மக்களை வெளியேற வேண்டி.

பெருகிவரும் புனலை அடைக்க.

உழவர் மக்களை அழைக்க.

போர்க்கு வீரர்களை அணிதிரட்ட.

வெற்றி தோல்வியை அறிவிக்க.

வயல்களில் உழவு வேலை செய்வோருக்கு ஊக்கமளிக்க.

விதைக்க.

அறுவடை செய்ய.

காடுகளில் விலங்குகளை விரட்ட.

மன்னரின் செய்திகளை மக்களுக்குத் தெரிவிக்க.

இயற்கை வழிபாட்டில்

கூத்துகளில்

விழாக்களில்

இறப்பில்

ஆக, சங்க காலத்தில் பறை அரசியல் கருவியாக, போர்க் கருவியாக, விழிப்புணர்வுக் கருவியாக, தற்காப்புக் கருவியாக, ஊக்குவிப்புக் கருவியாக, மகிமைப்படுத்தும் கருவியாக, மகிழ்விக்கும் கருவியாகப் பயன்படுத்தப்பட்டு வந்திருக்கிறது.

ஆதித் தமிழன் ஒவ்வொரு அடியும் முன்னே எடுத்து வைக்கப் பறையின் அடி உதவியிருக்கிறது.

ஆனால் ஆரிய விஷக் கிருமிகளின் பாதிப்பில் காலப்போக்கில் பறையும் பறையரும் இழிவானவர்களாகக் கருதப்பட்டனர்.

இன்றும் சில கோயில் திருவிழாக்களில் தொடக்கமே பறை இசைதான், இன்னும் கூத்துக்களில் பறை இசை ஒலித்துக் கொண்டுதான் இருக்கிறது. ஆனாலும் பொதுப்புத்தியில் பறை "சாவு மேளம்" மட்டுமே. அது ஒன்றை வைத்தே அதை இழிவாகச் சித்தரிக்கிறார்கள்.

சாவு / மரணம் – இதில் இழிவு என்ன இருக்கிறது என்று புரியவில்லை.

மரணம் என்பது தமிழரைப் பொறுத்தவரை தெய்வநிலை அல்லவா? அப்பொழுது தெய்வத்தின் முன் பறை இசைப்பது எப்படி இழிவாகும்? அசைவில்லாத, உணர்ச்சிகளில்லாத, ஒன்றுக்கும் உதவாத கற்களான கடவுள்களுக்கு முன் வாசிப்பதை விட, பல காலம் உயிர், உணர்ச்சி, ஆசாபாசங்களோடு வாழ்ந்து மரித்த ஒரு மனிதனின் முன் வாசிப்பது எப்படி இழிவாகும்? மரணம் என்பதே ஒரு கொண்டாட்டம் என்பதை அந்தக் காலத்திலேயே அறிந்துவைத்திருந்தவன் ஆதித் தமிழன்.

பறையைச் சார்ந்த சமூகத் தீண்டாமை இன்னும் இருந்தபோதிலும், கடந்த சில காலங்களாகப் பறையின் எழுச்சி நம்ப முடியாத அளவில் இருக்கிறது. ஆங்காங்கே பறை கலைக் குழுக்களும், மாணவர்களும் ஐ.டி. ஊழியர்களும் இன்னும் பலரும் பறையின் மகத்துவத்தை உணர்ந்து பறையை வாசித்துத் தங்களின் வேரோடு மீண்டும் இணைந்துகொண்டிருக்கிறார்கள்.

இவர்கள் மூலமாகத் தமிழகத்தில் ஒலித்துக் கொண்டிருக்கும் பறை சாதி வெறிக் காட்டு விலங்குகளை ஓடவிட்டுக்கொண்டிருக்கிறது. தீண்டாமையைக் கொளுத்திக் கொண்டிருக்கிறது. சாதிக்கு எதிரான போருக்கு நம்மைத் தயார்படுத்திக்கொண்டிருக்கிறது. மன்னர்களுக்கு மக்களின் செய்தியைக் கொண்டுசெல்கிறது. சமத்துவத்தின் தொடர் வெற்றியையும் எழுச்சியையும் பறைசாற்றுகிறது.

ஆம், இப்போது சொல்கிறேன்... பறை சாவு மேளம்தான்.

ஆம், இப்போது சொல்கிறேன்... பறை சாவு மேளம்தான்.

மதத்திற்கும் சாதிக்கும் அநீதிக்கும் அடிக்கும் சாவு மேளம்

வடசென்னைக்காரி

மீன்காரி

நான் ஆங்கிலோ இந்தியன் கான்வென்டில் படிக்கும் காலத்தில் பெண்கள் மற்ற பெண்களைக் கீழ்த்தரமாகச் சித்தரிக்க வேண்டுமென்றால் "*Fisher woman*" (மீன்காரி) என்று அழைப்பார்கள். சில வருடங்கள் முன்புவரைகூட ஒருவிதமான கொண்டை அணியும்போது எனது சில கார்ப்பரேட் நண்பர்கள் "மீன்காரி கொண்ட" என்று அடிக்கடி கிண்டல் செய்வது வழக்கம். அப்போதுகூட அதைப் பற்றிப் பெரிதாய் சிந்தித்தது இல்லை.

ஆனால் சமூகநீதிக்காகப் பாடுபட ஆரம்பித்ததிலிருந்து விளிம்புநிலை மனிதர்களின், ஒடுக்கப்பட்டவர்களின் தோற்றத்தை வைத்து இழிவுபடுத்துவது மிகப்பெரிய அட்டூழியங்களில் ஒன்று என்று அறிந்துகொண்டேன். அதிலிருந்து தோற்றரீதியிலான சாதிய / வர்க்க அடக்கு முறைகளை இன்றுவரை எதிர்த்துப் போராடி வருகிறேன்.

எனக்கு மீன் அதிகம் பிடிக்கும் என்பதால் மெரினாவில் கலங்கரை விளக்கத்தின் அருகிலிருந்து தொடங்கும் மீன் மார்க்கெட்டில் (நொச்சிக்குப்பம்) மாதத்தில் இரண்டு முறை சென்று மீன் வாங்குவது வழக்கம். இதன் காரணமாக அங்கே மீன் விற்கும் பெண்களிடம் நல்ல நட்பு உள்ளது எனக்கு. அடித்துச் சொல்கிறேன், அவர்களைப் போல் வாஞ்சையுடன் யாராலும் பழக முடியாது. உறவினர்கள் தெருமுனையில் வருவது தெரிந்தால் பிளாட்டின் கதவைப் பூட்டிக்கொள்ளும் இந்தச் சமூகத்தில்

இன்னும்கூட முன்பின் அறியாதவர்கள்மேல் எதையும் எதிர்பாராமல் பாசமழை பொழிய இவர்களால் மட்டுமே முடியும். காரில் வந்தவர்களாக இருந்தாலும் சரி, சைக்கிளில் வந்தவராக இருந்தாலும் சரி அவர்களுக்கு அனைவரும் சமமே.

எத்தனையோ முறை அவர்கள் செய்து கொடுத்த கடம்பான் தொக்கு, தோசை, மீன் குழம்பு எல்லாவற்றையும் ரசித்துச் சாப்பிட்டிருக்கிறேன்.

அவர்கள் கட்டியிருக்கும் புடவையிலிருந்து வரும் வாடை நாச மூளைக்காரர்களுக்கு வேண்டுமானால் நாற்றமாக இருக்கலாம், ஆனால் எனக்கோ அது பேரன்பின் வாசம்.

எனக்கும் அவர்களுக்கும் மிகவும் பிடித்த எம்ஜிஆரின் அழகை அவர்கள் மீன் வெட்டும் அநேக நேரங்களில் சிலாகித்துப் பேசியிருக்கிறோம். படகோட்டியில் எம்ஜிஆர் அணிந்திருந்த அடர்பச்சை, சிவப்புச் சட்டைகள், கையில் போட்டிருந்த காப்பு என்று அவரைத் தலைமுதல் கால்வரை வர்ணித்து மகிழ்ந்திருக்கிறோம். 'கடல் மேல் பிறக்கவைத்தான்' பாடல் டிவியில் ஒலிக்கும்போதெல்லாம் எப்படி அது ஒவ்வொரு முறையும் கண்ணீரை வரவழைக்கிறது என்று அவர்கள் விவரித்தபொழுது நானும் அழுதிருக்கிறேன்.

அப்படி ஒரு பந்தம் என் மீனவச் சொந்தங்களுடன் எனக்கு.

ராமேஸ்வரம் கடலில் மீனவர்கள் சுடப்படும்போதெல்லாம் குண்டு இவர்கள் நெஞ்சிலும் பாய்ந்தது என்று அவர்களுடன் பழகியவர்கள் நன்கு அறிவார்கள்.

அவர்கள் உலகத்தில் யார் பிறந்தாலும் அவர்கள் வீட்டிலேயே குழந்தை பிறந்ததாய் மகிழ்ச்சிகொள்வார்கள். யார் வீட்டில் மரணம் நிகழ்ந்தாலும் ஊரே சோகத்தில் இணைகிறது.

அவர்களில் ஒரு சிலர் பொருளாதாரரீதியாக முன்னேறியும் கூட இன்னும் அவர்களுக்குச் சமூகத்தில் கிடைக்க வேண்டிய மரியாதை கிடைக்கவில்லை என்பது அவர்களின் நிரந்தர வேதனையாக இருக்கிறது. அவர்களுள் யாராவது எம்.பி.ஏ. படித்தாலும்கூடச் சமூகத்தைப் பொறுத்தவரை அவர்கள் 'மீன்காரர்கள்' என்று ஒதுக்கி வைக்கப்படுகிறார்கள்.

மீன்பிடிப்புத் தொழிலின் மூலம் இந்தியாவின் வாழ்வாதாரம், வேலைவாய்ப்பு, உணவுப் பாதுகாப்பு என்கின்ற விஷயங்களைச் சீராக வைத்திருப்பவர்கள் இவர்கள்தான். இந்தியாவின் ஜிடிபியில் ஒரு சதவிகிதத்திற்கு மேலும் இந்திய விவசாய வருமானத்தில் 16 சதவிகிதத்திற்கு மேலும் இவர்களின்

பங்கு இருக்கிறது. இருந்தாலும் மற்ற துறைகளுக்கு இந்த நாட்டில் கிடைக்கும் மாண்பும் மரியாதையும் இவர்களுக்கு ஒரு சதவிகிதத்திற்கும் குறைவாகக்கூடக் கிடைப்பதில்லை என்பதே நிதர்சனம்.

பொதுவாக மீனவர்கள் அதிகம் நகை அணிவார்கள். ஆனால் அத்தனை நகையும் அவர்களை இதுவரை ஒரு நல்ல நட்சத்திர ஹோட்டலிலோ அல்லது ஒரு சரவண பவனிலோ உட்கார வைத்ததில்லை. அமெரிக்காவில் சவுத் கரோலினா மாகாணத்தில் மீன்பிடித் தொழிலில் இருக்கும் ஒரு மனிதர் தன் ஊரில் உள்ள ஒரு நல்ல பாரில் அமேசான் கம்பெனியின் CEOவுடன் சரிசமமாக உட்கார்ந்து பீர் அருந்த முடியும். . . இங்கே மெரினா கடற்கரைக்கு அருகில் உள்ள 'Illusions' போன்ற பார்களில் இப்படி ஒரு காட்சியை நாம் காண முடியுமா?

இந்த நாட்டில் பணத்திற்குத்தான் மதிப்பு இருக்கிறது என்று யாராவது கூறிக்கொண்டிருந்தால் தயவுசெய்து உங்கள் அபிப்ராயத்தை மாற்றிக்கொள்ளுங்கள், பத்தும் செய்யும் பணம்கூட இங்கே மனித மாண்பை மீட்பதில் தோல்வி அடைந்திருக்கிறது. அவர்கள் கழுத்தில் இருக்கும் தங்கச் சங்கிலிகள் அவர்களை நோக்கி வரும் முகச் சுளிப்புகளைத் தடுக்கும் வல்லமை இல்லாதவைகளாகவே இருக்கின்றன.

மீன் விற்பவர்களின் குரல் மீன் சந்தைகளுக்குள்ளேயே அடங்கிவிடுகிறது. சமதர்மத்திற்கான அவர்களின் கூக்குரலை நம் காதுகள் ஏனோ ஏற்க மறுக்கின்றன.

'Dignity of labor' என்கின்ற விஷயம் இந்திய /தமிழ்ச் சமூகத்தின் அகராதியில் இன்னும் இடம்பெறவில்லை என்பது மிகுந்த வேதனையை அளிக்கிறது. சமூகத்தில் கடைநிலை வேலைகளில் தங்களை வருத்திக்கொள்ளும் இதுபோன்ற மனிதர்களுக்கு மரியாதை எல்லாம் கடலில் தேடினாலும் கிடைக்காதவை. அதற்குமேல் ஒருபடி போய் நாம் ஒருவரை அவமானப்படுத்துவதற்கு இவர்களின் பெயரையும் தோற்றத்தையும் உபயோகிப்பது மீனவர்களை நாம் சராசரி மனிதர்களாகக்கூட மதிப்பதில்லை என்பதற்குச் சிறந்த உதாரணம்.

இந்த நிலை இப்படி இருக்க, கடந்த வாரத் தொலைக்காட்சி நிகழ்ச்சியில் ஆண்கள் இன்னும் வரதட்சணை வாங்கிக்கொண்டிருக்கிறார்கள் என்று கொஞ்சம் சீற்றத்துடன் என் வேதனையை வெளிப்படுத்தியபோது அதைக் கேலிப்பொருளாக்கும் நோக்கத்துடன் 'Meme Creators' என்றழைக்கப்படும் வலைதள நவீன சித்திரக் கலைஞர்கள்,

வசைச் சித்திரக் கலைஞர்களாக மாறி என்னை இழிவு படுத்துவதாக நினைத்துக்கொண்டு என் படத்தை மீன் விற்பவர் போல் சித்தரித்திருக்கிறார்கள்.

இதில் எனக்குத் துளிகூட அவமானமோ, இழிவோ இல்லை. ஏனென்றால் நான் பல வருடங்களாக நேசித்து அன்பு பாராட்டிவரும் மனிதர்களின் தொழிலை நான் செய்வது போல் காட்டியிருப்பது எனக்கு மகிழ்ச்சியையே அளிக்கிறது. இந்தப் படத்தை அடுத்த முறை மீன் வாங்க கடற்கரைக்குச் செல்லும்போது, செல்வி அக்காவிடமும், லூசியா அக்காவிடமும் காட்டிப் பெருமைகொள்வேன். மாறாக, இந்தப் படத்தை வடிவமைத்திருக்கும் மனிதர்களைக் கண்டால் மனம் கடும் வேதனைகொள்கிறது. மீன்காரி என்பது இகழ்ச்சியா? மீன் பிடிப்பவர்/விற்பவர் என்றால் அவமானத்திற்குரிய தோற்றமா? ஜல்லிக்கட்டுப் போராட்டத்தின்போது அவர்களுக்குப் பெரும் ஆதரவைக் கொடுத்து, உணவு, உடை, பாதுகாப்பை அளித்து அந்த இளைஞர்களுக்காக அடி உதைபட்டு வீடுகளை இழந்தவர்களை அந்த இளைஞர்கள் இன்னும் எவ்வளவு கீழ்த்தரமாகக் கருதிக்கொண்டிருக்கிறார்கள் என்பது பெரும் அதிர்ச்சியை அளிக்கிறது.

நன்றி மறந்த, சமூதாய நீதி அறியாத 'மீம் காரர்களாக' இருப்பதைவிட நாம் ருசியாக ஆரோக்கியமாகச் சாப்பிட வேண்டும் என்றெண்ணி நமக்காக இந்தத் தொழிலைச் செய்துவரும் மனசாட்சியுள்ள, நேர்மையான 'மீன்காரியாக' இருந்துவிட்டுப் போகிறேன்.

குமுதம், 13-4-2017

18

நள்ளிரவின் குழந்தைகள்

ஒரு நாள் ஓர் இரவுக்குள் நான் செல்லாக் காசாக அறிவிக்கப்படலாம்.

என் பெயரின் காரணத்தினாலோ

என்வாயிலிருந்துவரும்வார்த்தைகளுக்காகவோ

இல்லை, நான் உண்ணும் மாமிசத்தின் பெயராலோ இங்கிருந்து வெளியேற்றப்படலாம்.

நள்ளிரவுக்குள் என்னை வெட்கமில்லாமல் மாற்றிக்கொள்ள முயற்சிக்கலாம்.

வரலாற்றுப் புத்தகங்களிலிருந்து உன்னிடம் மறைத்து வைக்கப்பட்ட சில பகுதிகள் காட்சிகளாய் உன் கண்முன்னே மீண்டும் உயிர்பெறலாம்.

என்னைத் தெருக்களில் சந்திக்கும் நீ என்னைத் தெரிந்தும் தெரியாதது போல் காட்டிக்கொள்ளலாம்.

ரத்த வாடைகளும் மரண ஓலங்களும் உனக்கு நாடு சுத்தமாகிறது என்கிற உணர்வைக் கொடுக்கலாம்.

நீ வலைத்தளங்களில் இதைப் பற்றி சித்திரங்கள் புனைந்து நகைத்துக்கொண்டிருக்கலாம்.

எதிர்ப்பின் தீப்பொறி தோன்றாமலேயே அணைந்துபோய் இருக்கலாம்.

பதம் பார்க்கப்பட்டுவிட்டது.

களம் சோதிக்கப்பட்டுவிட்டது.

ஆயத்த நிலையில் அவர்களும் நானும்.

19

மாட்டிறைச்சி அசிங்கம் அல்ல

"நான் எப்படி பசுக்களைக் கொல்ல வேண்டாம் என்று இன்னொருவனைக் கட்டாயப் படுத்துவது? இந்தியா வெறும் ஹிந்துக்களின் தேசம் இல்லையே. இங்கு கிறிஸ்தவர்களும் பார்ஸிகளும் இஸ்லாமியர்களும்கூட வசிக்கின்றார்களே."

மாட்டிறைச்சியின்மீதான தடையைப் பற்றிக் கேட்டபோது இவ்வாறு பதில் சொன்னவர் யார் என்று கடைசியில் சொல்கிறேன்.

சரி, இப்பொழுது நான் ஒரு கேள்வி கேட்கிறேன்.

நீங்கள் மாட்டிறைச்சி சாப்பிடுவீர்களா?

இதற்குப் பதில் ஆமாம் என்றாலும் 70 சதவிகித்தினர் இல்லை என்றே பதில் சொல்வார்கள் பொதுவெளியில்.

மாட்டிறைச்சிமேல் விதிக்கப்படும் தடை அதன் நிமித்தம் நிகழ்த்தப்படும் வன்முறைகள் பற்றிக் கொதித்தெழும் ஒருவர்கூடத் தான் மாட்டிறைச்சி சாப்பிடுவதை வெளியில் சொல்லிக்கொள்வதை இழிவாகவே எண்ணுகிறார்.

என்னுடைய முந்தைய அலுவலகத்தில் மாட்டிறைச்சி பற்றி அசிங்கமாகப் பேசிய பார்ப்பனர்கள் முன் தானும் மாட்டிறைச்சியைத் தொட்டதே இல்லை என்று ஒரு ஆங்கிலோ இந்தியன் பெண்மணி அத்தனைப் பயத்தோடு சொல்லிக்கொண்டார். அவர் மாட்டிறைச்சி

மட்டுமல்ல, பன்றி மாமிசத்தையும் ஒரு வெட்டு வெட்டுபவர் என்பது எனக்கு மட்டுமே தெரிந்திருந்தது சிறப்பு.

என் நெருங்கிய உறவினர்கள் பலரும் மாட்டுக் கறி என்று சொல்ல மாட்டார்கள். 'பெரிய ஆட்டுக்கறி', இல்லையேல் கொஞ்சம் குசுகுசு குரலில்... யாருக்கும் காதில் விழாதவாறு "*eef. eef*, என்று முகத்தில் நவரசங்களோடு சைகை காட்டுவார்கள்.

இன்னொரு முக்கியமான விஷயம் என்னவென்றால், ஆண்கள் தாங்கள் மாட்டிறைச்சி உண்பதை ஒத்துக் கொண்டாலும், பெண்கள் அதை வெளியில் சொல்ல அச்சப் படுகிறார்கள். அது இழிவான பொருள் போலவும் அதைத் தாங்கள் உண்ணுவதே ஒரு தவறான செயல் என்றும் அதை வெளியில் சொல்லிக்கொண்டால் தங்களை மற்றவர்கள் இழிவாக நடத்துவார்கள் என்றும் எண்ணிக்கொள்கிறார்கள். இதில் மெத்தப் படித்தவர்களும் விலக்கு அல்ல.

எவன் ஒருவன் மற்றவரை அடிமைப்படுத்த துடிக்கின்றானோ அவன் முதலில் கை வைப்பது உணவு, உடை விஷயத்தில், ஒருவன் எப்பொழுது நாம் உண்ணும் உணவையும் உடையையும் கட்டுப்படுத்துகிறானோ, அப்போது நாம் அவர்களின் அடிமை ஆகிறோம். அவன் விதிக்கும் கட்டுப்பாடுகளைக் கண்டுகொள்ளாமல் நாம் சென்றுகொண்டிருந்தால் அவன் உபயோகிக்கும் அடுத்த ஆயுதம் "அசிங்கப்படுத்துதல்." இதன் அடிப்படையில்தான் மாட்டிறைச்சி கேவலம் எனவும் அதைச் சார்ந்த "*Taboo*" உம் உருவாக்கப்பட்டது.

இன்று மாட்டிறைச்சி இழிவு என்று கருதும் பலரின் உளவியல் என்ன என்று பார்த்தால், மாட்டிறைச்சி பெரும்பாலும் உண்ணப்படுவது ஒடுக்கப்பட்டவர்களால். . . ஆக, நான் மாட்டிறைச்சி சாப்பிடுவேன் என்று சொல்லிக் கொண்டால் நானும் ஒடுக்கப்பட்டவன் அல்லது தலித் என்று கருதப்படுவேன் என்பதே ஆகும். ஆக, நீங்கள் கேரள உணவகத்தில் "நாடன் பீஃப் ஃப்ரை" சாப்பிட்டுவிட்டு வெளியே நண்பர்களிடம் "அய்ய பீஃபா. . . உவேக்" என்று வாந்தி எடுக்கும் பிற்படுத்தப்பட்ட சாதியினராக இருந்தால் உங்கள் மனத்திலும் நீங்கள் தலித்துக்கள் இழிவானவர்கள் என்று நினைத்துக்கொண்டிருப்பவர்கள்தான். நீங்கள் வாந்தி எடுத்தது மாட்டு மாமிசத்தின் மேல் அல்ல. மாறாக, ஒரு இனத்தின்மீது.

மாட்டிறைச்சிக்காக மனிதனைக் கொல்லுபவனைவிடக் கொடூரமானவர்கள் அந்த இறைச்சி உண்ணும் மனிதர்களை அசிங்கமாகக் கருதுபவர்கள்.

பெரும்பாலானோரின் இந்த மோசமான மனநிலையால் மாட்டிறைச்சியையும் அதன் புரதச்சத்துக் கொடுக்கும் பலத்தினையும் வைத்துப் பிழைத்துக்கொண்டிருக்கும் என் ஒடுக்கப்பட்ட சகோதர சகோதரிகள் அதன் நிமித்தம் இன்னும் அவமானத்திற்கு உள்ளாகிறார்கள். ஒடுக்கப்பட்ட சமூகத்தி லிருந்து பாடுபட்டுப் படித்து ஒரு அலுவலகத்தில் வேலைக்குச் சேரும் இவர்களால் தங்களின் பழக்கப்பட்ட உணவான அதைப் பன்னாட்டு நிறுவன அலுவலகத்தின் லஞ்ச் ஹாலில் சாப்பிட முடிவதில்லை. அதை வைத்து அவர்களைக் கிண்டல் செய்பவர்களிடமிருந்து தப்பிக்கத் தங்களுக்குப் பிடிக்காத தயிர் சாதத்தை விழுங்கிவிட்டுப் போவதைப் பார்த்திருக்கிறேன்.

மாட்டிறைச்சி சாப்பிடுபவர்களின்மேல் வன்முறையைக் கட்டவிழ்த்துவிடும் இந்து மத அமைப்புகளோடும், மத்திய அரசோடும் நாம் தீவிரப் போராட்டங்களில் ஈடுபடும்முன் சிறிது சிந்தித்துச் சுயபரிசோதனை செய்துகொள்ள வேண்டிய கட்டாயத்தில் திராவிடர்கள் இருக்கிறோம்.

மாட்டிறைச்சி பற்றிய நம் பார்வையை அடிப்படையி லிருந்தே மாற்ற வேண்டும். உலகம் முழுவதற்கும் 125.9 பில்லியன் பவுண்டுகள் (தோராயமாக 57 ஆயிரம் கோடி கிலோ) உண்ணப்படும் ஒரு மாமிசத்தை நாம் இன்னும் ஏற்றுக்கொள்ளத் தவிர்ப்பது ஏன் என்கின்ற புரிதல் உண்டாக வேண்டும். ஆரோக்கியம் சார்ந்து அல்லாமல், தீண்டாமை காரணமாக ஒரு இறைச்சியை ஒதுக்கிவைப்பவர் எப்படி முற்போக்குவாதியாவார்?

மாட்டிறைச்சிக்காக மனிதனை மனிதனே கொல்லும் நிலை இங்கே உருவாகி இருக்க எப்படி மாட்டிறைச்சி இழிவான ஒரு பொருளாக முடியும்?

ஒருவன் புனிதமாகக் கருதும் ஒன்றின் மாமிசம் புனித மாமிசம்தானே? அது எப்படி இழிவாகிவிட முடியும்?

சென்னையிலுள்ள முக்கிய நட்சத்திர விடுதிகளிலும், கஃபேகளிலும் ஒரு தட்டு மாட்டிறைச்சிப் பண்டத்தின் விலை குறைந்தது 450 ரூபாயிலிருந்து தொடங்குகிறது. கோழிக்கறியை விட மாட்டிறைச்சியின் விலைதான் இங்கே அதிகம்.

இப்போது சொல்லுங்கள். மாட்டிறைச்சி அசிங்கமா?

மாட்டிறைச்சியைப் பற்றிய கருத்தை மாற்றிக்கொண்டால் மட்டுமே நாளை அது தொடர்பாக எழும் வன்முறையையோ இல்லை தடையையோ ஒன்றுசேர்ந்து நாம் எதிர்க்க முடியும், போராடவும் முடியும்.

பி.கு: முதல் வரியில் உள்ள கருத்தைச் சொன்னவர் அஹிம்சைவாதியான மோகன்தாஸ் கரம்சந்த் காந்தி.

சொன்ன நாள், 1947 ஜூலை 25.

மாட்டிறைச்சியின் தடைக்குத் தீவிரமான தடையாக இருந்தவர் காந்தி.

காந்தியை ஆர்.எஸ்.எஸ். கொன்றதற்கு இதுவும் ஒரு முக்கிய காரணம்.

சுத்த சைவரான காந்தி நமக்குச் சொல்லிச் சென்றது புரிகிறதா?

20

ஆண்டான் அடிமை

அமெரிக்கக் கறுப்பின மக்கள் வரலாற்றில் ஒரு முக்கிய விஷயம் இருக்கிறது.

பொதுவாகப் பண்ணைகளில் அடிமைகளாக வைத்திருக்கும் கறுப்பின மக்களை, பண்ணைக்கு முதலாளியாக இருக்கும் வெள்ளையர்கள் பணி நிமித்தம் நேரிடையாக அணுக மாட்டார்கள். *Master slave* என்கிற ஒரு முதன்மை அடிமை இருப்பார். அவர் மற்ற அடிமைகளைப் பலமாக வேலை வாங்குவார். வேலை செய்யவில்லை என்றால் அடிப்பார். அவர்கள் வெள்ளை முதலாளிகளுக்கு ஒடுங்கி நடக்கிறார்களா, பண்ணையின் விதிகளை மீறாமல் இருக்கிறார்களா என்பதைக் காண்காணிப்பதே அவரின் வேலை. அவர்கள் தவறுசெய்யும் பட்சத்தில் வெள்ளை முதலாளியிடம் அவர்களைப் போட்டுக்கொடுத்துத் தண்டனையும் வாங்கிக்கொடுப்பார். இப்படிச் செய்வதற்கு அவர்களைத் தலைமுறை தலைமுறையாக வெள்ளை முதலாளிகள் பழக்கிவைத்திருந்தார்கள். அவர்களும் வெள்ளை முதலாளிகளுக்கு மிகவும் விசுவாசமாக இருப்பார்கள். அவர்களுக்கு நல்ல உணவும் சன்மானமும் கிடைக்கும். முதலாளி அவர்களை வாய்ப்புக் கிடைக்கும்போது மற்ற அடிமைகள் முன் புகழ்ந்துதள்ளுவார்.

ஒரு குறிப்பிட்ட இனத்தவர்மீது அவரின் இனத்தவரை வைத்தே ஒரு சிறந்த அடக்கு முறையைக் கட்டவிழ்க்க அவர்கள் பயன்படுத்திய

வித்தை இது. பிரதான அடிமைபோல மற்றவர்களும் விசுவாசமாய் இருக்க வெள்ளையர்கள் கையாண்ட யுக்தி.

இந்தப் பிரதான அடிமைகளுக்கு மக்கள் கொடுத்த பெயர் 'Uncle Tom.' அமெரிக்காவில் இன்னும்கூட இந்தப் பெயர் நடைமுறையில் இருக்கிறது.

ஆசிய நாடுகளிலும் பல வருடங்களாக இதுதான் நடந்து கொண்டிருக்கிறது.

பெண்கள்மீதான வன்முறை, அடக்குமுறை பற்றிக் கேள்வி எழுப்பும்போதும் பெரும்பாலான ஆண்கள் சொல்லும் விஷயம் இது:

"பெண்கள்தான் வரதட்சணை கேக்குறாங்க. பெண்கள் தான் பெண் கன்னியான்னு பாக்க வெள்ளைத் துணி போடுறாங்க, அத்தனை சாஸ்திர சம்பிரதாயங்களையும் பெண்கள்தான் செய்றாங்க. ஆனா நீங்க ஆண்களைத் திட்றீங்க."

இந்தியாவில் கற்பு, வரதட்சணை சாஸ்திரங்கள் வழியாகப் பெண்களை அடக்குமுறைக்கு உள்ளாக்கும் பெரும்பாலான பெண்களும் இந்த 'Master slave'கள்தான்.

நேர்மையாக ஒரு விஷயத்தைச் சொல்கிறேன்.

பெண்களுக்குள் பொறாமை, போட்டி, காழ்ப்புணர்ச்சி, வன்மம் போன்ற குணங்கள் இருக்கின்றன. ஆனால்... பெண் பத்தினியா என்று பார்ப்பது, அவர்கள் கன்னித்தன்மையுடன் இருக்கிறார்களா, அவர்கள் சாஸ்திரங்களைப் பின்பற்று கிறார்களா என்பதெல்லாம் ஆண்களின் தேவை. ஆனால் இந்த விஷயங்களைக் கண்காணிப்பதற்கும், சிறப்பாகச் செயல்படுத்தவும் அவர்கள் உபயோகிக்கும் பிரதான அடிமைதான் இவர்கள் கைக்காட்டும் பெண்கள். இத்தகையவர்களை வைத்துத்தான் காலம் காலமாகத் தங்கள் சித்தத்தை இவர்கள் நடைமுறைப்படுத்திவருகிறார்கள்.

நீங்களே சொல்லுங்கள் ஒரு பெண்ணின் 'கன்னித்தன்மை' யாருக்கு முக்கியம்? பெண்களுக்கா?

பொருளாதாரரீதியாக இல்லங்களைக் கட்டுப்பாட்டில் வைத்திருக்கும் ஆண்களுக்குத்தானே வரதட்சணை தேவைப் படும்?

மூடி இருக்கும் பெண்கள் சக பெண்களின் தலையை மூட எத்தனிப்பார்களா? அவர்களுக்கு அதில் என்ன விருப்பம்?

அத்தனைப் புனித நூல்களையும் எழுதியது ஆண்கள்.

பெண்களுக்கு எதிரான அத்தனை சட்ட திட்டங்களையும் செய்தது ஆண்கள். அவைகளை நடைமுறைப்படுத்த அவர்கள் உபயோகிப்பது பெண்கள். இங்கே பெண்கள் வெறும் கருவிகள்தான். துல்லியமாகச் சொன்னால் '*Uncle Tom*'கள். இவர்களைத்தான் 'குடும்பக் குத்துவிளக்கு' நல்ல பெண்கள் என்று ஆண்கள் புகழ்ந்துதள்ளுவார்கள். ஆனால் நிதர்சனம் என்னவென்றால் இவர்களும் அடிமைகள்தான்.

கறுப்பர்களை அடித்து வேலை வாங்கியது இன்னொரு கருப்பர்தான் என்றாலும் அங்கே அடி கொடுக்கச் சொன்னது வெள்ளைக்கார முதலாளிதான். அவன் நிறைவேற்றிக் கொண்டிருந்தது நிறவெறிக் கொள்கைகளைத்தான். இங்கே சாட வேண்டியது நிறவெறியைத்தான்.

அதே போல் இங்கேயும் சாட வேண்டியது ஆணாதிக்கத்தைத் தான் ஒழினே, அதை நிறைவேற்றிக் கொண்டிருக்கும் பெண்களை அல்ல. சொல்லப்போனால், இந்த ஆணாதிக்க அடக்குமுறைகளை நிறைவேற்றத் தங்களை அறியாமல் கருவிகளாகிப்போன பெண்களைக் காப்பாற்ற வேண்டியது மிக முக்கியமாகிறது. சுதந்திரத்தின் அருமையை உணர்ந்தால் அடிமைத்தனத்தின் சன்மானங்களின் பாரம் தானாகப் புரியவரும்.

22

நான் வந்தேறி

வந்தேறி. இது எனக்குக் கொடுக்கப்பட்ட பட்டம். எனக்கு மட்டுமல்ல, இன்னும் யாரும் மீள் அரசியல்ரீதியான கருத்துகளைக் கூற வேண்டாமென்றும் தமிழ் கலாச்சாரத்தைப் பற்றியும் தமிழைப் பற்றியும் பேசக் கூடாதென்றும் ஒவ்வொருமுறையும் எச்சரிக்கப்படுகிறோம்.

என் இனிய தமிழரே, இந்தியக் கிறிஸ்தவர்கள் ஒன்றும் வாஸ்கோடகாமாவின் துணிப்பை வழியாகவோ இல்லை, மவுண்ட் பேட்டனின் ட்ரங்க்பெட்டி வழியாகவோ இந்தியாவில் நுழைந்தவர்கள் அல்ல. இதே மண்ணில் ஆயிரம் வருடங்கள் ஒடுக்கப்பட்டு, தீண்டத்தகாதவர்கள் என்று ஒதுக்கப்பட்டு மாளாத ஒடுக்குமுறைக்கு உள்ளாக்கப்பட்டு அதிலிருந்து மானத்தோடு வாழ மதம் மாறிய உன் தமிழ் மக்களேதான்.

வடக்கேயிருந்து இங்கு 'வந்து ஏறிய' சாதியின் கோரப்பிடியிலிருந்து தங்களை விடுவித்துக் கொள்ளக் கிறிஸ்துவத்தை ஏற்றுக்கொண்டவர்கள். ஒரு படி அரிசிக்காகவும், ரொட்டிக்காகவும் மதம் மாறியவர்கள் என்று நகைக்கும் நேரத்தில் நினைத்துப் பார், அந்த ரொட்டித் துண்டைக்கூட அவர்களுக்குக் கிடைக்கச் செய்யாமல் பார்த்துக் கொண்டது அவர்களின் தாய் மதம். அன்று மதம் மாறாமல் இருந்திருந்தால் அன்று என் தாத்தா தலைமை ஆசிரியராகவும் பாட்டி ஆசிரியையாக வும் ஆகியிருக்க முடியாது.

ஒடுக்கப்பட்டவர்கள் மார்பை மூடக்கூட உரிமை இல்லாத இந்த நாட்டில் 1814ஆம் ஆண்டு ஒரு சிறப்பு ஆணை மூலம் கிறிஸ்தவப் பெண்களுக்கு இந்த உரிமை கிடைத்தது. இதற்காகவே மதம் மாறியவர்கள் ஏராளம்.

நீ தீண்டத்தகாதவன், உனக்கு அடிப்படைத் தேவைகள் கூடக் கிடையாது, நீ இழிவாகக் கருதப்படும் வேலைகளை மட்டுமே செய்வாய் என்று கூறிய மதத்திலிருந்து, தன்னை ஒரு மனிதனாய் ஏற்று, அனைவரும் சமம் என்று கூறி, உணவு, கல்வி வழங்கிய மதத்தைச் சாமர்த்தியமாக ஏற்றுக்கொண்ட சுயமரியாதை வந்தேறிகள் நாங்கள். Survival instincts என்ற ஒரு விஷயத்திற்கு நாங்களே சிறந்த உதாரணம். ஆதிக்கம் செய்தவர் வெட்ட வெட்டத் தழைத்த வந்தேறிகள்.

நான் உங்களைக் கேட்கிறேன்... மதம் மாறியவர்கள் தமிழைப் பற்றிப் பேசக் கூடாது என்று சொன்னால், தமிழ் இந்துக்களின் மொழியா?

அதே போல் இன்னொரு விஷயம். இந்து மதத்தைப் பற்றியும் அதில் வேரூன்றி இருக்கும் இழிவுகள் பற்றியும் பதிவு செய்யும்போது மற்ற மதத்தவர் அதைப் பற்றிப் பேசக் கூடாது என்று வரும் எச்சரிக்கைகள்.

உங்கள் கனிவான கவனத்திற்கு...

மதம் மாறுவதற்கு முன்பு மூன்று தலைமுறை முன்புவரை நாங்களும் இந்துக்களாக வாழ்ந்தவர்கள்தான். அந்த மதத்தின் வழி வந்த சாதி, மனு தர்மம் என்கின்ற இழிவுகளை அதிகம் அனுபவித்தவர்கள். அப்படி இருக்க இந்து மதத்தை விமர்சிக்க / எதிர்க்க எங்களுக்கே முன்னுரிமை உள்ளது. பாதிக்கப்பட்டவர்களுக்குத் தங்களுக்கு எதிராய் குற்றம் இழைத்தவர்களைப் பற்றிப் பேச எல்லா உரிமையும் இருக்கிறது.

ஆண்டாண்டுக் காலமாக எங்களை அடிமைப்படுத்திய, இன்றும் சமூக இழிவுகளுக்குக் காரணமாய் இருக்கும் மதத்தை நாங்கள் ஏன் விமர்சிக்கக் கூடாது?

அப்படிச் செய்யும்போது இன்னொரு தரப்பினர் வந்து ஏன் மற்ற மதத்தை விமர்சிக்கக் கூடாது என்று கேட்பது அவர்களுக்கே இழிவாக இல்லையா?

ஒருவன் கொலை செய்துவிட்டான் என்று கூறும்போது இன்னொருவன் திருடிவிட்டான், அவனை முதலில் விசாரி என்று திசை திருப்புவது எவ்வளவு அபத்தமோ அவ்வளவு அபத்தம் இது. உன்மேல் உள்ள பழியைச் சரி செய்யாமல் மற்றவரைக் கை காட்டுவது எத்தகைய நியாயம்?

வடசென்னைக்காரி

கிறிஸ்தவத்தில் வேரூன்றியிருக்கும் பெண்ணடிமைத் தனம், மதம் மாறிய பின்பும் மக்களுக்குள் இருக்கும் சாதியத்தைப் பற்றிக் கேள்வி எழுப்பாத இந்தியத் திருச்சபை, பாலியல் குற்றங்களுக்கு எதிராய் தண்டனையளிக்கத் தயங்கும் வாடிகன் ஆகியவற்றை நான் எதிர்த்துக்கொண்டே தான் இருக்கிறேன். ஆனால் அதற்கு முன்னே எங்களின் வாழ்வாதாரத்தையே முடக்கிப்போட்ட இந்து மதத்தைப் பற்றிப் பேசுவது முதல் அவசியம்.

இப்போதுதான் எல்லோருக்கும் வாய்ப்பு கிடைக்கிறதே இவர்கள் இன்னும் ஏன் இந்தப் பாவாடை கோஷ்டியாக நீடிக்கிறார்கள் என்று கேட்பீர்களானால், தலையிலிருந்து வந்தான், ஒருவன் காலிலிருந்து வந்தான் என்ற இழிவான பொய்யை விட எல்லோரும் களிமண்ணிலிருந்து வந்தவர்கள் என்கிற பொய்யில் அவமானம் இல்லை என்பதினால் இன்னும் பல வந்தேறிகள் அந்தந்த மதங்களை இன்னும் பற்றிக் கொண்டிருக்கிறார்கள் என்பதைக் கருத்தில் கொள்ளவும். என்னுடைய ஆசையெல்லாம் டார்வினைப் படித்து மனிதர்கள் சிம்பன்சியிலிருந்து வந்தவர்கள்தான் என்கிற அழகான உண்மையை உணர்ந்து இவர்கள் என்னைப் போல் அசலான, அப்பட்டமான வந்தேறி ஆக வேண்டும் என்பதுதான்.

இனி யாரவது வந்தேறி என்பது நீ படித்து வாங்கிய பட்டமா என்று கேட்டால் ஆமாம், ஒரு மதம் கொடுத்த கல்வியைக் கொண்டு பகுத்தறிவைப் படித்து வாங்கிய பட்டம் என்று மார்தட்டிக்கொள்வேன்.

23

நம் முன்னோர்கள் ஒன்றும் முட்டாள்கள் இல்லை

தாலி ஏன் கட்டுறீங்க?

அதுக்குப் பின் அறிவியல் இருக்கு

மாதவிடாய் நாள் ஏன் ஒதுக்குறீங்க?

அதுக்குப் பின் அறிவியல், பெண் நலம் இருக்கு.

இந்த மூடநம்பிக்கை எல்லாம்?

அதுக்குப் பின் அறிவியல், தத்துவம் எல்லாம் இருக்கு.

நம் முன்னோர்கள் ஒன்றும் மூடர் இல்லை தோழி.

இல்ல, நான் தெரியாமத்தான் கேக்குறேன். நம் முன்னோர் ஒன்றும் மூடர் இல்லை என்றால், அவர்கள் ஏற்படுத்திய சாங்கியங்களும் சம்பிரதாயங்களும் இந்தியாவை இந்நேரம் உலக நாடுகளின் வெற்றிப் பட்டியலில் முதலிடத்தில் அல்லவா வைத்திருக்க வேண்டும்?

ஆரோக்கியம், தனி மனித மகிழ்ச்சி, தொழில் துறை, ஆராய்ச்சி, கல்வி, பொது அறிவு, மருத்துவம் ஆகியவற்றில் பிற நாடுகளைவிட நாம்தானே முன்னிலையில் இருக்க வேண்டும்? அப்படி இருக்க இவற்றிலெல்லாம் நாம் ஏன் இவ்வளவு பின்தங்கிய நிலையில் இருக்கிறோம்?

உதாரணமாக, தாலி கணவனின் ஆயுளை அதிகரிக்கிறது என்பது நம் சம்பிரதாயம். அதற்குப் பின் ஆயிரம் காரணங்கள் சொல்லப்படுகின்றன. ஆனால் தாலி அணியாத கனடா, ஜப்பான் நாட்டு மனைவிகளின் கணவர்கள்தான் உலகிலேயே அதிக ஆயுளைக் கொண்டவர்கள்.

மாதவிடாய், வயதுக்கு வருவது, பிள்ளைப்பேறு என்று ஆயிரம் சம்பிரதாயங்கள் கொண்ட இந்த நாட்டில்தான் பெண்களின் ஆரோக்கியம் கேலி கிண்டலுக்கு உள்ளாகிறது. தனிமனித சுகாதாரம், பிள்ளைப் பேறு சிக்கல்கள், கர்ப்பப்பை சம்பந்தப்பட்ட நோய்கள், தொற்றுக்கள் என்று பெண்களின் ஆரோக்கியம் என்கிற விஷயத்தில் இந்தியா மிகவும் பின்தங்கிய நிலையில் உள்ளது.

ஆயுத பூஜை கொண்டாடி ஒன்றும் ஜப்பானையும் அமெரிக்காவையும் நாம் தொழில் துறையில் மிஞ்சிவிடவில்லை.

ஆக, முன்னோர்களின் சாஸ்திர சம்பிரதாயங்கள் என்கிற பிதற்றல்கள் நம்மை எந்த விதத்திலேயும் உலக நாடுகளைவிட உயர்ந்த இனங்களாக மாற்றவில்லை. இன்னும் சொல்லப் போனால் மற்ற நாடுகளில் இல்லாத சாதி வன்முறைகளும் அடக்குமுறைகளும் இந்த நாட்டில்தான் உள்ளன. எந்தப் பூஜை புனஸ்காரமும் நம் மண்டைக்குள் இன்னும் நாகரீகத்தைப் புகுத்தவில்லை.

கணவன் இறந்தபின் மனைவியைத் தீயில் தள்ளினார்கள் நம் முன்னோர்கள். அதன் பின்னால் வந்தவர்கள் அவளுக்கு மொட்டை அடித்தார்கள். அதன் பின்னால் வந்தவர்களோ இன்றுவரை இறந்தவரின் காரியத்தின் முன் தினம் அவளின் தாலியை அறுத்து, பொட்டை அழித்துக்கொண்டிருக்கிறார்கள்.

நம் முன்னோர்கள்தான் தலையிலிருந்து ஒருவன் வந்தான், காலிலிருந்து ஒருவன் வந்தான், இன்னொருவன் தீண்டத் தகாதவன் என்று பிரித்து ஆண்டான். சாதி வாடையே இல்லாத அமெரிக்க நகரங்களில் சாதிச் சங்கங்களைப் புகுத்திவைத்தான்.

பெண் கல்வி வேண்டாம் என்று சொன்னதும் நம் முன்னோர்தான்.

இத்தகைய முன்னோர்கள் அனைவரும் முட்டாள்கள் தான்.

ஆனால் வேறு சிலர் இருந்தார்கள், அவர்கள் முன்னோர் வழி அல்லாமல் பகுத்தறிவின் வழி உலகை அறிந்தார்கள்.

ஷாலின் மரிய லாரன்ஸ்

மன்னன் எதிரி நாட்டுக்குச் சென்று போர் புரியும் முன் அங்குள்ள போர்புரியவியலாத மக்களை வெளியேற வேண்டி.

பெருகிவரும் புனலை அடைக்க.

உழவர் மக்களை அழைக்க.

போர்க்கு வீரர்களை அணிதிரட்ட.

வெற்றி தோல்வியை அறிவிக்க.

வயல்களில் உழவு வேலை செய்வோருக்கு ஊக்கமளிக்க.

விதைக்க.

அறுவடை செய்ய.

காடுகளில் விலங்குகளை விரட்ட.

மன்னரின் செய்திகளை மக்களுக்குத் தெரிவிக்க.

இயற்கை வழிபாட்டில்

கூத்துகளில்

விழாக்களில்

இறப்பில்

ஆக, சங்க காலத்தில் பறை அரசியல் கருவியாக, போர்க் கருவியாக, விழிப்புணர்வுக் கருவியாக, தற்காப்புக் கருவியாக, ஊக்குவிப்புக் கருவியாக, மகிமைப்படுத்தும் கருவியாக, மகிழ்விக்கும் கருவியாகப் பயன்படுத்தப்பட்டு வந்திருக்கிறது.

ஆதித் தமிழன் ஒவ்வொரு அடியும் முன்னே எடுத்து வைக்கப் பறையின் அடி உதவியிருக்கிறது.

ஆனால் ஆரிய விஷக் கிருமிகளின் பாதிப்பில் காலப்போக்கில் பறையும் பறையரும் இழிவானவர்களாகக் கருதப்பட்டனர்.

இன்றும் சில கோயில் திருவிழாக்களில் தொடக்கமே பறை இசைதான், இன்னும் கூத்துக்களில் பறை இசை ஒலித்துக் கொண்டுதான் இருக்கிறது. ஆனாலும் பொதுப்புத்தியில் பறை "சாவு மேளம்" மட்டுமே. அது ஒன்றை வைத்தே அதை இழிவாகச் சித்தரிக்கிறார்கள்.

சாவு / மரணம் – இதில் இழிவு என்ன இருக்கிறது என்று புரியவில்லை.

16

சாவு மேளம்

என் திருமண வரவேற்பில் பறை ஆட்டம் இருக்கும் என்று என் அலுவலக நண்பரிடம் சொல்லிக்கொண்டிருந்தேன். . . காரைக்குடியைச் சேர்ந்த அவர் இதைக் கேட்டதும் முதலில் சொன்ன வார்த்தை "அய்ய, அது சாவுமேலம்ல?"

சாவு மேளம். பறையை இந்தச் சமூகம் இப்போதும் பரவலாக அழைத்துக்கொண்டிருக்கும் பெயர்.

பறையும் அதை வாசிப்பவரும் இன்றும் தமிழ்நாட்டின் பல மாவட்டங்களில் அசிங்கமாகவே பார்க்கப்படுகிறார்கள்.

மனிதனைத் தீண்டத்தகாதவனாகிய சாதிப் பேய், அவனுடைய வாழ்வியலையும் வாழ்வியலோடு தொடர்புடைய கருவிகளையும் தீண்டத்தகாதவையாக மாற்றி வைத்திருக்கிறது.

கலையில்கூட உயர்ந்தது, தாழ்ந்தது என்கிற பிரிவினையை இந்தியச் சமூகம் உருவாக்கி வைத்திருக்கிறது.

பறை ஆதி இசைக் கருவி. எல்லா இசைக் கருவிகளுக்கும் தாய் பறை.

பறை என்ற சொல்லுக்கு "பேசு / சொல்" என்று பொருள்.

பறையர்கள் பறை இசையைப் பயன்படுத்திய இடங்கள். . .

23

நம் முன்னோர்கள் ஒன்றும் முட்டாள்கள் இல்லை

தாலி ஏன் கட்டுறீங்க?

அதுக்குப் பின் அறிவியல் இருக்கு

மாதவிடாய் நாள் ஏன் ஒதுக்குறீங்க?

அதுக்குப் பின் அறிவியல், பெண் நலம் இருக்கு.

இந்த மூடநம்பிக்கை எல்லாம்?

அதுக்குப் பின் அறிவியல், தத்துவம் எல்லாம் இருக்கு.

நம் முன்னோர்கள் ஒன்றும் மூடர் இல்லை தோழி.

இல்ல, நான் தெரியாமத்தான் கேக்குறேன். நம் முன்னோர் ஒன்றும் மூடர் இல்லை என்றால், அவர்கள் ஏற்படுத்திய சாங்கியங்களும் சம்பிரதாயங் களும் இந்தியாவை இந்நேரம் உலக நாடுகளின் வெற்றிப் பட்டியலில் முதலிடத்தில் அல்லவா வைத்திருக்க வேண்டும்?

ஆரோக்கியம், தனி மனித மகிழ்ச்சி, தொழில் துறை, ஆராய்ச்சி, கல்வி, பொது அறிவு, மருத்துவம் ஆகியவற்றில் பிற நாடுகளைவிட நாம்தானே முன்னிலையில் இருக்க வேண்டும்? அப்படி இருக்க இவற்றிலெல்லாம் நாம் ஏன் இவ்வளவு பின்தங்கிய நிலையில் இருக்கிறோம்?

உதாரணமாக, தாலி கணவனின் ஆயுளை அதிகரிக்கிறது என்பது நம் சம்பிரதாயம். அதற்குப் பின் ஆயிரம் காரணங்கள் சொல்லப்படுகின்றன. ஆனால் தாலி அணியாத கனடா, ஜப்பான் நாட்டு மனைவிகளின் கணவர்கள்தான் உலகிலேயே அதிக ஆயுளைக் கொண்டவர்கள்.

மாதவிடாய், வயதுக்கு வருவது, பிள்ளைப்பேறு என்று ஆயிரம் சம்பிரதாயங்கள் கொண்ட இந்த நாட்டில்தான் பெண்களின் ஆரோக்கியம் கேலி கிண்டலுக்கு உள்ளாகிறது. தனிமனித சுகாதாரம், பிள்ளைப் பேறு சிக்கல்கள், கர்ப்பப்பை சம்பந்தப்பட்ட நோய்கள், தொற்றுக்கள் என்று பெண்களின் ஆரோக்கியம் என்கிற விஷயத்தில் இந்தியா மிகவும் பின்தங்கிய நிலையில் உள்ளது.

ஆயுத பூஜை கொண்டாடி ஒன்றும் ஜப்பானையும் அமெரிக்காவையும் நாம் தொழில் துறையில் மிஞ்சிவிட வில்லை.

ஆக, முன்னோர்களின் சாஸ்திர சம்பிரதாயங்கள் என்கிற பிதற்றல்கள் நம்மை எந்த விதத்திலேயும் உலக நாடுகளைவிட உயர்ந்த இனங்களாக மாற்றவில்லை. இன்னும் சொல்லப் போனால் மற்ற நாடுகளில் இல்லாத சாதி வன்முறைகளும் அடக்குமுறைகளும் இந்த நாட்டில்தான் உள்ளன. எந்தப் பூஜை புனஸ்காரமும் நம் மண்டைக்குள் இன்னும் நாகரீகத்தைப் புகுத்தவில்லை.

கணவன் இறந்தபின் மனைவியைத் தீயில் தள்ளினார்கள் நம் முன்னோர்கள். அதன் பின்னால் வந்தவர்கள் அவளுக்கு மொட்டை அடித்தார்கள். அதன் பின்னால் வந்தவர்களோ இன்றுவரை இறந்தவரின் காரியத்தின் முன் தினம் அவளின் தாலியை அறுத்து, பொட்டை அழித்துக்கொண்டிருக்கிறார்கள்.

நம் முன்னோர்கள்தான் தலையிலிருந்து ஒருவன் வந்தான், காலிலிருந்து ஒருவன் வந்தான், இன்னொருவன் தீண்டத் தகாதவன் என்று பிரித்து ஆண்டான். சாதி வாடையே இல்லாத அமெரிக்க நகரங்களில் சாதிச் சங்கங்களைப் புகுத்திவைத்தான்.

பெண் கல்வி வேண்டாம் என்று சொன்னதும் நம் முன்னோர்தான்.

இத்தகைய முன்னோர்கள் அனைவரும் முட்டாள்கள் தான்.

ஆனால் வேறு சிலர் இருந்தார்கள், அவர்கள் முன்னோர் வழி அல்லாமல் பகுத்தறிவின் வழி உலகை அறிந்தார்கள்.

ஷாலின் மரிய லாரன்ஸ்

கண்காணிக்கப்படுவதாக நாங்கள் முதல் அடி எடுத்து வைக்கும்போதிலிருந்தே எங்களுக்குச் சொல்லப்பட்டிருந்தது. எங்கள் முன்னோர்களும் கண்காணிக்கப்பட்டதாகவும் எங்களுக்கு சொல்லப்பட்டது.

ஏழு வயதில் எங்கள் பிராக்குகள் சற்றே விலகியபோது சில கண்கள் எங்களைப் பார்த்துக்கொண்டிருந்தன.

வயதிற்கு வந்த பின்னே எங்களைக் கண்காணிக்கும் கண்களின் எண்ணிக்கை பல மடங்காய் அதிகரித்திருந்தது.

பள்ளிச் சீருடையில் எங்கள் மார்பு தெரியக் கூடாதென்று அந்தக் கண்கள் எங்கள் கூடவே பள்ளிவரை வந்தது.

நாங்கள் ரெக்கார்ட் நோட்டுகளை வைத்து எங்கள் மார்புகளை மறைக்க வேண்டி அந்தக் கண்கள் கேட்டுக் கொண்டன.

எங்கள் மாதவிடாய் கறைகளை அந்தக் கண்கள் மின்னல் வேகத்தில் கண்டுபிடித்தது. கண்கள் சிரித்தன, கண்கள் சிரித்த சத்தம் ஊருக்கே கேட்டது.

நாங்கள் எங்கள் சகோதரர்களோடு சாலைகளில் பேசுவதைக்கூட அந்தக் கண்கள் சுட்டெரிக்கப் பார்த்துச் சென்றன.

அலுவலகத்தில் கணினியில் வேலை செய்யும்போது துப்பட்டாவை ஓயாது சரி செய்துகொண்டே இருக்க அந்தக் கண்கள் எங்களை எச்சரித்துக்கொண்டே இருந்தன.

அந்தக் கண்கள் எங்கள் ஒழுக்கத்திற்கு ஆதாரமாய். எங்கள் பின்னழகையும், முன்னழகையும் தீவிரமாகக் கண்காணித்தன

அந்தக் கண்கள் புடவையை மட்டும் பார்க்கவில்லை, அந்தக் கண்கள் எங்கள் புடவைக்குள் இருக்கும் உள் பாவாடை, பிரா உட்பட மேட்ச்சிங் ஆக இருக்கிறதா என்பதைச் சரி பார்க்கும் அதிகாரத்தைப் பெற்றிருந்தன.

எங்கள் உள்ளாடையின் சிறு நுனிகூட வெளியில் தெரிந்தாலும் அந்தக் கண்கள் எங்கள் ஆத்மாக்களைக் கொன்றுபோட்டன.

எங்கள் படுக்கையறையிலும் குளியலறையிலும் நொடி நேரம் இமைக்காமல் அந்தக் கண்கள் எங்களையே பார்த்துக் கொண்டிருந்தன.

நடுநிசி நேரத்தில் ஆளரவமற்ற சாலைகளில் தனியே நிற்கும்போது பல நூறு கண்கள் வெறித்துப் பார்த்துக் கொண்டிருக்கும்.

எங்கள் அந்தரங்கத்தைப் புசித்துப் புசித்தே தன் உடலை வளர்த்துக்கொண்டது அந்த கண்கள்.

எப்படி உண்கிறோம், எப்படிப் படுக்கிறோம், எப்படிக் குனிகிறோம், எப்படி நடக்கிறோம், எப்படிச் சிரிக்கிறோம், எப்படிக் காதலிக்கிறோம், எப்படிக் கலவிகொள்கிறோம், எப்படி முனங்குகிறோம் என்னும் பல எப்படி எப்படிகளை எப்படியெல்லாம் செய்கிறோம் என்பதை யாரோ ஒருவர் பார்த்துக்கொண்டே இருக்கிறார்.

எங்களுக்கென்று அந்தரங்கம் கிடையாது. எங்களுக் கென்று தனிமைகள் கிடையாது. எங்கள் வாழ்வு எப்போதும் பார்த்துக்கொண்டிருக்கும் அந்தச் சமூகத்தின் கண்களுக்கு அர்ப்பணிக்கப்பட்டதாய் இருந்தது. நாங்கள் எப்போதும் பார்க்கும் அந்தக் கண்களுக்கு விருந்து படைத்துக் கொண்டிருந்தோம். இந்த நகரத்தின் மக்களுக்கு அது பெரிதாய்த் தெரியவில்லை. அவர்கள் அதைப் பற்றிக் குறை கூறுவதில்லை.

எங்களை பிக் பாஸ் பார்த்துக்கொண்டே இருக்கிறார்.

25

பச்சைப் பாடம்

என் நெருங்கிய குடும்ப நண்பர் ஒருவர் சோதிடத்தில் அதீத நம்பிக்கை உள்ளவர். அடிக்கடி ஜெயலலிதாவின் சோதிடர் ஒருவரிடம் சென்று ராசிக்கல், தாயத்து என்று பணத்தைத் தண்ணியாகச் செலவழிப்பார். எந்த விஷயத்தையும் அந்த சோதிடர் குறித்துக்கொடுத்த நேர காலத்தின் படியே செய்வார். விசாரணையாக ஒருமுறை அவரை அந்த நண்பரோடு சென்று நானும் கண்டு வந்தேன். அவரும் நொடிக்கொரு முறை அம்மாவைப் போன வாரம் பார்த்தேன், அவர் இப்படிச் சொன்னார், அப்படி சொன்னார் என்று கூறிக்கொண்டே இருந்தார். ஜெயலலிதாவின் 18 முக்கிய ஜோசியர்களில் அவரும் ஒருவர் என்று தெரியவந்தது.

பச்சைப் புடவை, ராசிக்கல் மோதிரம், அரசு அடையாளங்களில் பச்சையைத் திணித்தல், யாகம், யானைகளுக்குப் பூஜை, கண்ணகி சிலை நீக்கம், சீரணி அரங்கம் இடித்தல் என்று ஜெயலலிதாவின் மூடநம்பிக்கைகளுக்கு அளவே கிடையாது.

வாஸ்து காரணமாகச் செயல்முறையில் இருந்த ராணி மேரிக் கல்லூரியை வசப்படுத்த நினைத்தார்.

விதவையின் சிலை இருக்கக் கூடாதெனக் கண்ணகி சிலையை ஒரே இரவுக்குள் அகற்றும் அளவிற்குத் துணிந்தார்.

பெயரை நியூமராலஜிப்படி மாற்றியமைத்தார்.

பதவிக்குத் திரும்பத் தஞ்சாவூரில் காளிக்குப் பூஜை.

எடுத்துவைத்த ஒவ்வொரு அடியையும் பஞ்சாங்கத்தைப் பார்த்தே முடிவுசெய்தார்.

சொந்த வேலையோ, கட்சி வேலையோ, அரசுப் பணியோ, அஷ்டமியில் தொடங்க மாட்டார்.

ஒருமுறை பதவியேற்பை நல்ல நேரம் கருதித் தள்ளியும் வைத்தார்.

1999இல் வாஜ்பாய் அரசிற்கு ஆதரவை வாபஸ் பெறும் முன் டெல்லி ஹோட்டலில் ஒரு நாள் முழுதும் பூட்டிக்கொண்டு வெளியே வரவில்லை, காரணம். சந்திரன் 8ஆவது வீட்டில் இருந்ததால். பின்பு மறுநாள் காலை 9-10க்குள் வாபஸ் கடிதத்தைக் கொடுக்கச் செய்தார்.

கும்பகோணம் மகாமகத்தில் இவரின் மூடநம்பிக்கை ஐம்பதுக்கும் மேற்பட்ட உயிர்களைக் காவு வாங்கியது.

அண்மையில் ஒரு செய்தியாளர்கூட அவர் ஒரு தொலைக்காட்சி பேட்டிக்காகப் பார்த்த கேமரா வாஸ்து விஷயங்களை நம்மிடம் பகிர்ந்துகொண்டார்.

பொருளாதாரத்தில் பின்தங்கிய ஒரு பெண்மணிகூடக் கொஞ்சம் விதவிதமாகப் புடவைகள் அணிய விரும்பும் வேளையில், ஊர் சொத்தைக் கொள்ளையடித்துவிட்டு ஒரே நிறத்தில் புடவைகள் கட்டிக்கொண்டு உலாவியது நீண்ட ஆயுளுக்காக... அதிகாரத்தைத் தக்க வைக்க... எதிரிகளைச் சிதறடிக்க.

ஆனால் நடந்தது என்ன?

நீண்ட ஆயுள் கிடைத்ததா? வென்ற பதவியில் அமர்ந்து ஆட்சி செய்ய முடிந்ததா?

கொலையா, இயற்கை மரணமா? இறந்த நாள் எது, நேரம் எது? விடை தெரியாத கேள்விகளால் அவர் வரலாறு சூழப்பட்டிருக்கிறது.

இவர்களை மூடர்களாய் வைத்திருந்த அந்த சோதிடர்களும் சாமியார்களும் நீண்ட ஆயுளுடன், சர்வ சௌகரியங்களோடு வீட்டில் நெய் ததும்பும் பாயசம் சாப்பிட்டு க்ஷேமமாக இருப்பார்கள். இதுவே நிதர்சனம்.

மோசமான ஆட்சி செய்தாலும் மீண்டும் அரியணை ஏறலாம் என்று வழிகாட்டும் சோதிட சாமியார்களும், மகா

பாவங்களைச் செய்தாலும் புண்ணியவானை மாற்றிக்காட்டும் வக்கீல்களுமே மக்களின் முதல் எதிரிகள்.

நல்ல நேரங்கள், பரிகாரங்கள், பஞ்சாங்கங்கள், யாகங்கள் ஜோசியர்களுக்கு நல்லது. மக்கள் நலன் மட்டுமே 'உங்களை' வாழ வைக்கும்.

கடவுள் நம்பிக்கை இல்லாதவன்கூட வாழ்வாங்கு வாழ்வான். ஆனால் தர்மத்தை மீறியவர்களின் உறக்கத்தைத் தலையணையின் கீழே வைத்த எலுமிச்சைகள் மீட்டுத் தராது.

இந்தப் பாடம் அரசியல்வாதிகளுக்கு மட்டுமல்ல. எல்லோருக்கும்தான்.

26

அழ மறந்த இழவு வீடுகள்

உன் அழுகிய உடலைப் பார்த்துப் பொங்கிய கண்ணீர் என் கீழிமையைத் தாண்டும் முன் உன் பிறப்புறுப்பை மூடப் போர்வை தேடி ஓடத் தொடங்கினேன்.

என் ரத்தத்தைச் சோறாக்கி நான் பேணிய உன் உடலை மருத்துவர்கள் கூறு போட்டுக் கொண்டிருந்த வேளை நான் காவல் நிலையத்தின் மூலையில் கைகட்டி நிறுத்தப்பட்டிருந்தேன்.

குடிசையின் வாசலில் உன் உடலைக் கிடத்த அதைச் சொந்தக்காரர்கள் சுத்தம்செய்துகொண் டிருந்தபோது உன்னைக் கொன்றவனைக் கைது செய்ய ஆய்வாளரின் காலில் விழுந்து கிடந்தேன்.

நான் வாங்கச் சொன்ன ரோஜா மாலையை உன் கழுத்தில் அணிவிக்க யாரோ ஒருவனை நியமித்தேன். உன் நடத்தையைப் பற்றி அவர்களின் பெண்கள் பேசிய பேச்சு என் கைகளுக்கு நடுக்கத்தைக் கொடுத்திருந்தது.

உன் முன்னே அமர்ந்து உன்னை மடி சுமந்த காலங்களைத் தியானிக்க நினைத்தேன். என்னையும் சேர்த்துக் கொலை செய்ய மிரட்டிய செய்தி கேட்டு வேறு நினைவில்லாமல் உறைந்துபோயிருந்தேன்.

நீரில் புதைக்கப்பட்ட உன்னை மறுமுறை மண்ணில் புதைக்க மற்றவர் சுமந்து சென்ற கணம் உன்னைப் பாராமல் வழக்கு ஆவணங்களில் கவனமாகக் கைநாட்டு வைத்துக்கொண்டிருந்தேன்.

நியாயத்தின் கடைசித் தீப்பொறி பெருங்காற்றிலே அணைந்து போகாமலிருக்க இரு கைகளால் அதை மூடப் போராடிக்கொண்டிருந்த சமயம் உன் முதுகிலிருந்து சிதறிய புழு ஒன்று என் காலில் ஏறி நெளிகிறது.

என் மகளே... என் கருவறுக்கப்பட்ட மகளே...

இந்த அனைத்துத் துயரங்களிலும் பெரும்துயரம் எது தெரியுமா? உன் சவத்தின் முன்னே மனமுடைந்து அழ நேரம் கிட்டாததுதான்.

27

ஒதுக்கீடு

“நீயெல்லாம் ஏன் பறையனுக்கு சப்போர்ட் பண்ற? ‘quota’ல படிக்கிற எச்ச பசங்கதானே அவனுங்க?”

என்னை நோக்கி வந்த மிகவும் சூடான கேள்வி இது.

இதுபோன்று அடிக்கடி கண்ணில் பல வாசகங்கள் படும். பல மனக்குமுறல்கள் என்னைச் சுற்றிலும் எழும்.

“70 வருஷமா எங்கள இடஒதுக்கீடுன்ற பேர்ல ஏமாத்திட்டீங்க. எங்க புத்தி எல்லாம் வீணாப் போச்சு.”

“இட ஒதுக்கீடு இல்லாததுனாலதான் அமெரிக்கா இவ்வளவு முன்னேறி இருக்கு.”

இதுபோன்று கேள்விகளைத் தொடுப்பவர்கள் கொஞ்சம் தங்கள் கண்கட்டைத் திறந்தால் பதில் அவர்களுக்கு மிக பக்கத்தில்.

“The first day when I was cleaning the latrines and the drain, my foot slipped and my leg sank in the excrement up to my calf. I screamed and ran away. Then I came home and cried and cried. I knew there was only this work for me.”

- Sona, Bharatpur city, Rajasthan, June 2013

“I studied commerce and banking, but I couldn’t find work. Even though I am educated, the village council hired me to clean toilets because I am from this community.” –

Kailash Pokerji Kundare, Jalgaon district, Maharashtra, March 2014

"I had to work with my head veiled. During the rains, my clothes would become drenched with excrement. They would not dry. The house would smell. I started to get skin diseases and even to lose my hair."

- Badambai, Neemuch district, Madhya Pradesh, January 2014

மேலே இருக்கும் சாட்சியங்கள் மலம் அள்ளும் தொழிலைப் பிறப்புரீதியாகச் செய்துவரும், தீண்டத்தகாதவர்களாய் ஒதுக்கப்பட்ட மனிதர்களுடையது.

2014ஆம் ஆண்டின் கணக்குப்படி இந்தியாவில் தண்ணீர் இல்லாக் கழிப்பிடங்களின் எண்ணிக்கை 96 லட்சம். அந்தக் கழிப்பிடங்களைக் கையால் சுத்தம் செய்ய அத்தனை லட்சம் தாழ்த்தப்பட்ட பெண்கள்.

இட ஒதுக்கீடு அநியாயம் என்று கொதிக்கும் நெஞ்சங்களுக்கு 2000ஆம் வருடத்திற்கு மேலாக சாதி என்கிற ஒரு விஷயத்தைக் காரணம் காட்டித் துப்புரவு பணி, மலம் அள்ளுதல், இறந்த கால்நடைகளை அகற்றுதல் போன்ற செய்யக் கூனிக் குறுகும் பணிகளில் இவர்களுக்கு முழு ஒதுக்கீடு கொடுத்திருக்கிறீர்களே அது அநியாயமாகத் தெரியவில்லையா?

"66 வருடத்துக்கு மேல ஆச்சு, நல்லா முன்னேறிட்டீங்க. இன்னும் எதுக்கு உங்களுக்கு ஒதுக்கீடு?" என்று கேட்பவர்கள் எத்தனை பேர் தங்கள் சாதியை விட்டுக் கொடுக்கத் தயாராய் இருக்கிறார்கள்?

ஆண்டு 2016... இன்று தாழ்த்தப்பட்டவர்கள் மேலோட்டமாக ஏற்றுக்கொள்ளப்படுவது போல் தெரிந்தாலும் உண்மை நிலை என்ன என்று ஊர் அறியும்.

எவ்வளவு பணக்காரனாக இருந்தாலும் சரி, படித்தவனாக இருந்தாலும் சரி அவனைப் பறையன் என்று பின்னால் அழைக்கும் குரூர சந்தோஷம் அப்படியேதான் இருக்கிறது பலருக்கு.

அவனுக்கு ஒரு உயர்சாதிப் பெண்ணோடு காதல் வந்தால் பெரும்பாலும் இருவருக்கும் மரணம் நிச்சயம்.

வீடு வாடகைக்கு விட சாதி, பெண் குடுக்க சாதி, கோயில் பணிகள் செய்ய சாதி, இன்னும் நூறு விசயங்களில் சாதியே பிரதானமாக இருக்கிறது.

பள்ளியில் மதியவேளையில் உயர்சாதிப் பிள்ளைகள் சாப்பிட்டு முடிக்கும்வரை அரை மணிநேரம் ஒதுக்கிப் பசியோடு

காத்திருந்து சாப்பிடும் அந்தத் தாழ்த்தப்பட்ட குழந்தைக்கு இட ஒதுக்கீடு அவசியம்.

18 நிமிடங்களுக்கு ஒருமுறை ஒரு தலித்துக்கு எதிராக ஏதேனும் ஒரு குற்றம் நடப்பதாக மனித உரிமை ஆணைய அறிக்கை கூறுகிறது.

அடுத்த 18 நிமிடத்திற்குள் தனக்கு நடக்கவிருக்கும் சாதி வெறித் தாக்குதல்களிலிருந்து தன்னைத் தற்காத்து ஒடுங்கி வாழும் ஒரு தாழ்த்தப்பட்ட பெண்ணுக்கு அந்த இட ஒதுக்கீடு அவசியமே.

மூன்று தலைமுறைகளுக்கு மேலே வீட்டில் டாக்டர், வக்கீல், பேராசிரியர் என்று வாழ்ந்தவர்களுக்கு ஒரு முதல் தலைமுறைப் பட்டதாரிக்கு அந்த இட ஒதுக்கீட்டால் ஏற்பட்ட உதவியை, வாழ்க்கை மாற்றத்தைப் புரிந்துகொள்ள முடியவே முடியாது.

என்னைப் பொறுத்தவரையில் இது மட்டுமே இட ஒதுக்கீட்டின் முக்கியத்துவம் இல்லை.

இட ஒதுக்கீடு என்பது 2000 வருடங்களுக்கும் மேலாக மனிதத்தை மறந்து ஒடுக்கப்பட்ட மக்களுக்கு இழைத்த பெரும் அநீதிகளுக்காக நீங்கள் கொடுக்கும் 'சின்ன விலை.'

28

சாதி தேசத்தின் சாம்பல் பறவை

ஞாயிற்றுக்கிழமை மதிய நேரங்களில் உணவு உண்ட பின் அரைமணி நேரம் உறங்குவது பழக்கம். ஒருமாத காலம் உடற்பயிற்சிக்கு இடைவேளை விட்டதின் பயனாக உடல் எடை சற்றே அதிகரித்திருந்தது.

உண்ட மயக்கமும் உடல் எடை பயமும் சேர்ந்து தொற்றிக்கொள்ள, தூக்கத்தைத் தள்ளிவைத்து அறையின் ஓரத்தில் பாவமாகப் பார்த்துக் கொண்டிருந்த புத்தகங்களிடம் தஞ்சம் புகுந்தேன்.

இதோ என் கைகளில் கட்டுரைகளின் தொகுப்பு ஒன்று.

தோழர் எவிடென்ஸ் கதிர் அவர்களின் ‘சாதி தேசத்து சாம்பல் பறவை’.

வழவழப்பாக இதுபோன்ற ஒரு புத்தக அட்டையைச் சமீப காலங்களில் நான் பார்த்த தில்லை, தொட்டுக்கொண்டே இருக்க வேண்டும் போல் இருந்தது. எவ்வளவு அழகாய் இருக்கிறது இந்தப் புத்தகம் என்று இரண்டு நிமிடம் அந்த அட்டையையே பார்த்துக்கொண்டிருந்தேன். மயக்கத்துடன் சேர்த்து ஏகாந்தம் சூழ்ந்து கொண்டது. சுகமான வாழ்வு தரும் ஏகாந்தம் உடலெங்கும் பரவியிருந்தது. அதுவரை எல்லாமே நன்றாய் இருந்தது.

படிக்கத்தானே புத்தகம்? பார்க்க இல்லையே? சரி என்று நடுப்பக்கத்தில் ஒன்றைப் பிரித்தேன்.

என் கண் முன் தோன்றிய முதல் கட்டுரை 'கௌசல்யாவின் வாக்குமூலம்.' கௌசல்யா யார், ஞாபகம் இருக்கிறதா? உயிருக்கு மேலாய் காதலித்த கணவனைக் கண்முன்னே சாதிப் பேய்க்குப் பறிகொடுத்த கௌசல்யா. உடுமலைப்பேட்டை சங்கரின் கௌசல்யா.

காதல் பார்வையில் தொடங்கி, கண்முன்னே நட்ட நடு ரோட்டில் பகல் நேரத்தில் கணவன் வெட்டுவாங்கிச் சாவதுவரை அத்தனையும் பொறுமையாக விவரிக்கிறார். 19 வருட காலம் சீராட்டி வளர்த்த பெற்றோர் சாதி வெறியால் பெற்ற மகளின் வாழ்க்கையைக் கூறு போடத் துணியும் அவலத்தை நம் கண்முன்னே நிறுத்துகிறார். சாதிவெறியானது எப்படி ரத்த சொந்தங்களைக்கூடச் சூழ்ச்சிக்காரர்களாய் ஆக்குகிறது என்பதற்குக் கௌசல்யாவின் வாக்குமூலமே சாட்சி. கௌசல்யா கதையின் கடைசி வரியைப் படித்து முடிக்கும்போது ஏகாந்தம் விலகியிருந்தது. நிதர்சனத்தின் வெப்பம் அறையைச் சூழத் துவங்கியது.

அடுத்த கட்டுரையைப் படிக்க தைரியம் வரவில்லை என்கிற உண்மையை ஒப்புக்கொள்ளத்தான் வேண்டும். இருந்தும் படிக்கத் தொடங்கினேன். ஒவ்வொரு கட்டுரையையும். படிக்கப் படிக்க அறை முழுவதும் சதைகள் எரியும் வாசம் நாசியில் படியத் தொடங்கியது. கையெங்கும் ரத்தக்கறை. ரத்தம் புத்தகத்தை நனைத்துவிடாமல் படிக்க வேண்டும் என்கிற அச்சம் எழுந்தது.

வன்புணர்வு செய்து கொல்லப்பட்ட பெண்களின் இறுதி நேரக் கூக்குரல்கள் மூளையைச் சிதைக்க ஆரம்பித்தன, கொலை செய்யப்படுவோரின் நம்பிக்கை இழந்த சில்லிட்ட கைகள் என்னைத் தழுவத் தொடங்கின. இந்தப் புத்தகம் மெல்ல மெல்ல என்னை ஒரு புதைகுழிக்குள் இழுப்பது போல் வேறொரு இடத்திற்கு இழுத்துக்கொண்டது.

எங்கிருந்து எங்கு வந்துவிட்டேன் நான்? என்ன உலகம் இது? இது நரகமாய் இருக்கக் கூடுமோ?

இல்லை, இது தமிழ்நாடு. மண்டையில் ஓங்கி அடித்தாற் போல் ஒரு பதில். சிலருக்குச் சொர்க்கமாய் இருக்கும் இதே ஊர் பலருக்கு நரகமாய்த்தான் இருக்கிறது. இந்த நரகம் இப்படியான வழவழப்பான அட்டைகளால் அலங்கரிக்கப்பட்டிருக்கிறது. உள்ளே ஊடுருவிப் பார்க்கும்வரை நம் மயக்கம் தெளிவதில்லை.

இப்போதெல்லாம் யாரும் சாதி பார்ப்பதில்லை.

தமிழ்நாடு முன்னேறிய மாநிலம்.

இட ஒதுக்கீட்டால் தலித்துகள் முன்னேறி வாழ்வில் வெற்றி பெற்றுவிட்டார்கள்.

தலித் என்பதற்காக எல்லாம் யாரும் யாரையும் வன்புணருவதில்லை.

தலித் என்று சொல்லிக்கொள்பவர்கள் சாதி வெறியர்கள்.

மேலே சொன்ன மூட நம்பிக்கைகளைக் கொண்டிருக்கும் மனித விரோதிகளைச் சாட்டை எடுத்து விளாசுகிறது 'சாதி தேசத்து சாம்பல் பறவை.'

ஒடுக்கப்பட்டவர்களுக்கு எதிராக இழைக்கப்படும் அநீதிகளை வெறும் வாய்மொழியாகப் பேசாமல் அவைகளைப் பற்றிய ஆதாரங்களோடு நம் முன்னே நிற்கிறது இந்த நூல்.

ஒரு தலித் பெண் வன்புணர்ந்து கொல்லப்படும்போது அதில் பாலியல் ரீதியான வன்முறையைத் தாண்டிச் சாதி வெறி என்கிற ஒரு பலமான பின்புலம் இருப்பதை இந்த நூல் எடுத்துக்காட்டுடன் விளக்குகிறது. மூடர்கள் படித்துத் தெரிந்து கொள்ளவும்.

மற்ற பெண்களைப் போல் ஒரு தலித் பெண்ணால் அவ்வளவு எளிதாகத் தன்னை வன்புணர்வு செய்தவர்கள்மேல் வழக்குத் தொடுக்க இந்த மாநிலத்தில் முடியாது என்பது தெரியுமா நமக்கு?

தலித்துகளுக்கு எதிரான குற்றங்களில் 51 சதவிகிதக் குற்றவாளிகள் முன்ஜாமீன் எடுத்த பின்தான் அந்தக் குற்றங்களைப் புரிகிறார்கள் என்பது தெரியுமா நமக்கு?

சாதிச் சாயம் பூசிய காவல்துறை குற்றம் சாட்டப் பட்டவர்களை விட்டுவிட்டுப் பாதிக்கப்பட்ட, ஒடுக்கப் பட்டவர்கள் மேலேயே நடவடிக்கை எடுக்கிறது என்பது தெரியுமா நமக்கு?

சாதிய அடக்குமுறையின் கோர வரலாறு தெரியுமா நமக்கு?

கூலியை உயர்த்திக் கேட்டதற்காகக் கூண்டோடு கொளுத்தப்பட்ட கீழ்வெண்மணி தலித்துகளைத் தெரியுமா உனக்கு?

கூலியை மட்டுமே கேட்டதற்குத் தலித்துகள் வாயில் மலத்தைத் திணித்த திண்ணிய ஆதிக்க சாதியினரைப் பற்றித் தெரியுமா உனக்கு?

சாமிக்குத் தேரெடுத்த காரணத்தால் சேஷசமுத்திர கிராமத்தில் தலித் வீடுகள் தீக்கிரையாக்கப்பட்டது நினைவிருக்கிறதா உனக்கு?

ஒடுக்கப்பட்டவர்களுக்குச் சுடுகாட்டுக்கு வழி தராத வழுவூர் பற்றித் தெரியுமா உனக்கு?

இந்த மாநிலத்தில் இன்னும் ரெட்டைக் குவளை, ரெட்டைச் சுடுகாடு, ஆணவக் கொலை, கோயில் நுழையாமை என்று மொத்தம் 400 விதங்களில் தீண்டாமை நிலவுவது தெரியுமா உனக்கு?

இதெல்லாம் தெரியாதவர்கள் நிச்சயம் இந்தப் புத்தகத்தை வாசிக்க வேண்டும். இதை எல்லாம் தெரிந்தும் தெரியாதது போல் நடிப்பவர்கள் இந்தப் புத்தகத்தில் குறிப்பிட்டுள்ள ஊர்களுக்குச் சென்று தலித்தாக வாழப் பழகிக்கொள்ளவும்.

இந்தப் புத்தகத்தை நான் தாராளமாகத் தலித் இலக்கியம் என்று சொல்வேன். இதில் அலங்கார வார்த்தைகள் கிடையாது, இலக்கணங்கள் கிடையாது. ஆனால் ஒடுக்கப்பட்டவர்களின் ரத்த சரித்திரம் இது, கைகளால் மலம் அள்ளுபவர்களின் தீராத காவியம் இது. இழவு வீடுகளில் அழக்கூட நேரம் கிட்டாமல் நீதிக்காகப் போராடும் அப்பாவிகளின் கதைகள் இவை.

இந்த வரிக்குமேல் எழுத முடியவில்லை. . . வாழ்வு கனக்கிறது.

இந்தப் புத்தகத்தை நான் தோழர் கதிரிடமிருந்து வாங்கிய நாள் 11/01/2017. அன்று நந்தினியின் உடல் அந்தக் கிணற்றில் இருந்திருக்கும்.

29
வரலாறு முக்கியம் அமைச்சரே

"அந்த சுப்ரமணிய சாமிகூட ஒரு லேடி எப்போவுமே இருக்கு. யாருன்னு தெரில" தமிழ் நாட்டின் தற்போதைய அரசியல் சூழலைப் பற்றித் தாறுமாறாய் விமர்சனம் செய்துகொண்டு தன்னை அரசியல் விமர்சகராகக் கூறிகொள்ளும் என் நண்பர் ஒருவர் கேட்கிறார். "யோவ், தமிழ்நாடு ஒரு 30 வருஷமா நாசமாப் போனதுக்கு அந்தம்மா பண்ணிவச்ச அறிமுகம்தான்யா காரணம்" என்று கூறி நடராஜன், சசி – சந்திரலேகா – ஜெயா நட்பு, ஆசிட் வீச்சு, ஜனதா தள், SPIC என்று வரிசையாக விவரித்தபோது "ஓஹோ, இதெல்லாம் நடந்துருக்கா" என்று என்னைப் பார்த்துக் கேட்கிறார்.

இதுமட்டுமல்ல, இன்னும் பல பேர் என் பதிவுகளைப் பார்த்தும், நான் பேசும்போதும் குறிப்பிடும் மண்டல் கமிஷன், வக்கீல் விஜயன், நீதிபதி லட்சுமணன், வாச்சாத்தி, கொடியன்குளம் போன்ற விஷயங்களை முதன்முறையாகக் கேட்பவர்களாக இருக்கிறார்கள். இவர்கள் அனைவருமே இன்றைய காலகட்டத்தில் முகநூலிலும், பொது வாழ்க்கையிலும் தீவிரமாக அரசியல் பேசுபவர்கள். தமிழ்நாட்டின் அரசியல் வரலாறு சரியாகத் தெரியாமல் ஏதோ ஒரு கட்சியைக் கண்மூடித்தனமாகத் தற்போதைய சூழல்களை வைத்து ஆதரிக்கும் இளைஞர்கள்.

Millennials என்றழைக்கப்படும் இந்தப் புதிய தலைமுறையினரிடம் சமுதாயத்திற்கு இப்போது தேவையான துடிப்பும் வேகமும் அதிகம் காணப்படுகின்றன. அதை வைத்து அதிக விஷயங்களைச் செய்ய அவர்கள் முனைப்பாக இருக்கிறார்கள். ஆனால் அடிப்படை அரசியல் அறிவு இல்லாததால் தங்களால் ஜெயிக்கக்கூடிய வாதங்களிலும் சூழ்நிலைகளிலும் அவர்கள் தோற்றுவிடுகிறார்கள். முதல் சுற்றுக்கு மேல் முன்னேற முடியாமல் திணறுகிறார்கள். புள்ளிவிவரங்களையும் வரலாற்று உண்மைகளையும் பேசிச் சண்டைபோட வேண்டிய இடத்தில் பாலியல், தோற்றம், அந்தரங்க வாழ்க்கை சார்ந்த தாக்குதல்களில் ஈடுபடத் தொடங்குகிறார்கள். அடுத்த தலைமுறை குறித்த நம்பிக்கை இங்கேதான் சரிந்துபோகிறது.

"எங்களுக்கு எப்படித் தெரியும்" என்று கேட்பீர்களானால் வேண்டிக்கொள்வது ஒன்று ஒன்றேதான். பள்ளி, கல்லூரிப் புத்தகங்களுக்கும் வெளியே வாசிக்க ஆரம்பியுங்கள்.

"இல்லையே நாங்க படிக்கிறோமே" என்று கூறினால் நான் இங்குப் புத்தகங்கள் என்று சொல்வது ராபின் ஷர்மாவையும் ரோண்டா பைரனையும் சேத்தன் பகத்தையும் அல்ல.

"இல்லை, நாங்கள் பாரதியாரையும் பொன்னியின் செல்வனையும் படிப்பவர்கள்" என்றால் அதுவும் இல்லை.

உலக இலக்கியத்தையும், உலக, இந்திய அரசியல் வரலாற்றுப் புத்தகங்களையும், ஆவணங்களையும் அரசியலில் ஈடுபாடு உள்ளவர்கள் மட்டும் நாட்டின், மாநிலத்தின் முன்னேற்றத்தை விரும்பும் வாக்காளர்கள் அனைவரும் படிக்க வேண்டியது இன்றியமையாதது.

ஊடகங்களின் பெரும்பங்கு இதில் கிடைப்பது இந்தக் காலகட்டத்தில் மிக மிக அவசியமானது. டி.ஆர்.பி.க்காக மல்லுக்கட்டிய நேரம் போகச் சொற்ப அவகாசத்திலாவது வரலாறு, இந்திய அரசியல், சமூக நீதி, முக்கிய நிகழ்வுகள் பற்றிய நிகழ்ச்சிகளை ஒளிபரப்பலாம். மார்க்சிசம், சோசலிசம் போன்ற அரசியல், பொருளாதாரக் கொள்கைகளைப் பற்றித் தெளிவுபடுத்தலாம். நிறுவனங்களின் சமூகப் பொறுப்பு *(Corporate social responsibility)* என்ற அடிப்படையிலாவது இதைக் கடைப்பிடிக்கலாம்.

தேசிய, தமிழ்நாட்டின் பிரதான கட்சிகளுக்கென்று ஒரு நீண்ட வரலாறு இருக்கிறது. இட ஒதுக்கீடு, குலக்கல்வித் திட்ட எதிர்ப்பு, பிற்படுத்தப்பட்டவர்களுக்கான தனி அமைச்சகம்,

இலவசப் பொதுக் கல்வி, சத்துணவு, இலவச செருப்பு என்று இந்தப் பட்டியல் நீண்டுகொண்டே செல்லும். இவையெல்லாம் கருத்தில் வாங்கிக்கொண்ட பின்பே எந்த ஒரு கட்சியையும் ஆதரிக்கவோ, எதிர்க்கவோ நாம் விழைய வேண்டும்.

இந்த மாநிலத்தை உத்தரப் பிரதேசம், பிகார்போல் ஆகாமல் பகுத்தறிவுப் பாதையில் செல்லவைத்த பெரியாரைப் பெண் பித்தனென்றும், 'ஜெயலலிதா நல்லவர் – சசி கெட்டவர்' என்றும் சொல்லித் திரிபவர்கள் மேலே சொன்னதைச் செய்து விட்டுப் பின்பு அரசியல் கருத்துகளைப் பகிர்ந்துகொள்ள வேண்டும்.

30

கலாச்சாரத்தைக் கொல்

கலாச்சாரம்னா என்ன அப்படின்னு கேட்டா மொதல்ல எல்லாரும் சொல்றது "நம்ம பாரம்பரியம்." சரி, பாரம்பரியம்னா என்ன அப்படினு கேட்டா உடனே சொல்லுவாங்க: "அப்படினா கலாச்சாரம்." கலாச்சாரம் கலாச்சாரம்னு ஓயாம பேசிட்டு இருக்கற பல பேருக்கு இன்னும் அதுக்கான முழு அர்த்தம்கூடத் தெரியாது.

ஆனா கலாச்சாரம், பாரம்பரியம் இதெல்லாம் இந்தியாவைப் பொறுத்தவரைக்கும் மத்தவங்கள அடக்கி ஆளும் கருவியா மட்டுமே உபயோகிக்கப்படுகிறது.

ஒரு நூத்திஐம்பது வருஷம் வரைக்கும் சதி மரணம் நம்ம கலாச்சாரமா இருந்துச்சு.

விதவை மறுமணங்கிறது கலாச்சாரத்தின்படி தப்பா இருந்துச்சு.

இங்கிலீஷ்காரன் வரவரைக்கும் குலக்கல்வி தான் நம்ம கலாச்சாரம்.

தேவதாசி முறை சில வருடங்கள் முன்புவரை நம்ம கலாச்சாரம்.

ஆக, ஏதோ ஒரு காலகட்டத்திற்குமேல் நமக்கு ஒவ்வாத சில விஷயங்களை "கலாச்சாரங்களை" முன்னேற்றத்தின் அடிப்படையில், சமுதாய நீதியின்

அடிப்படையில் நாம் முற்றிலுமாகப் புறம்தள்ளியிருக்கிறோம் என்பது தெளிவாகப் புலப்படுகிறது.

காலம்காலமாகப் பின்பற்றிவருவதுதான் கலாச்சார மென்று யாரும் உரைக்க முடியாது. ஏனென்றால் பல ஆயிரம் வருடங்களாக அதிக விஷயங்கள் மாறிக்கொண்டே வந்திருக்கின்றன.

அப்படி இருக்க,

சாதி இரண்டாயிரம் வருடமாக நம் கலாச்சாரமாக இருக்கிறது.

வரதட்சணை அசைக்க முடியாத கலாச்சாரமாக இருக்கிறது.

தேவையற்ற சடங்குகளும் மூட நம்பிக்கைகளும் சமுதாய இழிவுகளும் கலாச்சாரம் என்கிற போர்வையில் நம்மை இருட்டடித்துக்கொண்டிருக்கின்றன.

மனிதம் மட்டுமே மாறாத தன்மையாக இருக்க வேண்டிய ஒரு நாட்டில், மனிதர்களுக்கு எதிரான அத்தனை விஷயங்களும் கலாச்சாரப் பாம்புகள் ஆகி மனிதத்தை விழுங்கித் தின்று கொண்டிருக்கின்றன. உனக்கு அமுதமாக இருக்கும் கலாச்சாரம், மற்றவருக்கு உயிரைக் கொல்லும் விஷமாக இருக்கிறது.

பெண்களுக்கு எதிரான அத்தனைக் கலாச்சாரக் கோட்பாடுகளும் மனுஸ்மிருதியை மையமாகக் கொண்டவை.

ஒடுக்கப்பட்டவர்களுக்கு எதிரான அனைத்துக் கலாச்சாரக் கோட்பாடுகளும் சனாதன தர்மத்தை மையமாகக் கொண்டவை.

இந்த இரண்டு சிந்தனைகளும் ஒரு சாராரை அடக்கி ஆளவும், முன்னேற விடாமல் தடுக்க மட்டுமே உருவாக்கப் பட்டவை. அப்படி இருக்க கலாச்சாரம், பாரம்பரியம் என்கிற போர்வையில் நாம் அடிப்படையாக மற்றவரை அடக்குமுறை செய்துகொண்டிருக்கிறோம் என்பதே நிதர்சனம்.

'கலாச்சாரக் காவலர்'களாகத் தங்களை முன்னிருத்தும் பலரும் மற்றவரை அடிமையாக்கவே அப்படி ஒரு லேபிளோடு சுற்றிக்கொண்டிருக்கிறார்கள்.

பெண்களை ஜீன்ஸ் அணிய வேண்டாம் என்று சொல்பவன் தன் ஃபோனில் பலான படங்களை, அதுவும் பெரும்பாலும் மேல்நாட்டுப் பலான படங்களையே பார்ப்பவனாக இருக்கிறான்.

ஆயிரம் சடங்குகள் செய்து ஒரு குறைகூட வைக்காமல் தன் தெய்வத்தை வழிபடுபவன் கோயில் பின்னே குழந்தைக்குப் பால் கொடுக்கும் பெண்ணை வக்கிரமாகவே பார்க்கிறான்.

பிரா பட்டை தெரியும்படி உடை உடுத்தும் பெண்ணை எரிச்சலோடு திட்டும் பெண், தன் வீட்டில் வேலை செய்யும் பெண்ணைக் கெட்ட வார்த்தைகளிலேயே திட்டுகிறாள்.

திருமணத்திற்கு முன்பு நன்கு பழகியவனிடம் கலவி கொள்ளக் கூடாதென்று எச்சரித்துவிட்டு இரண்டே நாளில் பழகிய அமெரிக்க மாப்பிள்ளையோடு தனி அறையில் தள்ளி விடப்படுகிறோம்.

கோயில் பக்கத்தில் ஆசாரத்தைக் கடைபிடித்துவிட்டு, நம் மலத்தை வேறொருவரின் கையால் அள்ள நிர்பந்திக்கிறோம்.

இதுவே நம் கலாச்சாரம். ஒழுக்கம் என்பது அறவே இல்லாமல்போன கலாச்சாரம். மனித உரிமைகளைக் காலில் போட்டு நசுக்கும் கலாச்சாரம். தனிமனித ஒழுக்கம் என்றால் என்னவென்று கேள்வி கேட்கும் கலாச்சாரம். முன்னேற்றத்தை, சமூகநீதியைப் பின்னுக்குத் தள்ளும் கலாச்சாரம்.

உண்மையிலே கலாச்சாரம் என்பது ஒரு வாழ்வுமுறை.

பிரிவுபட்ட சமூகத்தை இணைக்கும் புள்ளியாக இருக்க வேண்டியது கலாச்சாரம். சமூக ஏற்றத்தாழ்வுகளைக் களையறுப்பதே கலாச்சாரம். அமைதி இல்லாமல் அலையும் மக்களிடையே மகிழ்ச்சியையும் புத்துணர்ச்சியும் கொடுப்பதே கலாச்சாரம். மற்றவருக்குத் தீங்கிழைக்காமல் பார்த்துக் கொள்வதே கலாச்சாரம். இனத்தை அறியாமையிலிருந்து வெளிக்கொண்டுவருவதே கலாச்சார நடவடிக்கைகளாக இருக்க வேண்டும்.

இப்படி எல்லாம் இல்லாமல் உங்கள் கலாச்சாரக் கோட்பாடுகள் இருக்குமானால், உங்கள் கலாச்சாரத்தை எந்தக் கேசத்திற்காகக் காப்பாற்ற வேண்டும்?

31

ஸ்லீவ்லெஸ் உடை. . .
அடர் நிற லிப்ஸ்டிக்

அதிகாலைப் பூக்களின் இதழ்களில் அடர் வண்ணத்தில் மினுமினுப்பேற்றும் பனி ஈரம். அந்தப் பூவிதழைத் தூரத்து சூரியன் இதமாய் வருடும் பொன்னொளியில் மிளிரும் அழகோ, பார்க்கும் விழிகளில் மகரந்தம் பூசும். காலையில் குளித்த ஈரம் துவட்டிப் புதிதாய் உடுத்தி, கண்ணாடி முன் நின்றபடியே விழிகளை ஐகானிக்கால் ஷார்ப் செய்து, அடுத்து இதழ்களில் அடர் நிற லிப்ஸ்டிக் தீட்டும்போது என்னையும் அந்தப் பனிமலராய் உணர்ந்த தருணங்களே அதிகம். உடைகளுக்கு ஏற்ற வண்ணங்களில் லிப்ஸ்டிக்கும் அமைந்து விட்டால் அன்று நாள் முழுக்க உற்சாகம் ஒட்டிக்கொள்ளும். எனது மேக்கப் பாக்சில் சிவப்பு, பிங்க், வைன், பவளம் என்று அத்தனை வண்ண லிப்ஸ்டிக்குகளும் அடக்கம். இதெல்லாம் பெண்களின் பலமாக உணர்கிறேன்.

உடல் முழுக்கவும் மறைத்தபடி உடுத்துவதை விட என் தோற்றத்துக்கு மாடர்ன் உடைகள் நச்சென்று பொருந்தும். டிரண்டி டிரடிஷனல், மாடர்ன், வெஸ்டர்ன் என்று அத்தனை உடைகளும் எனது கலெக்சனில் உண்டு. அன்றைய கிளைமேட்டுக்கு ஏற்ப உடுத்திக்கொள்ளப் பிடிக்கும். விமர்சனங்களைப் பற்றி யோசிக்காமல் பிடித்ததைச் செய்வேன். என்றும் டிரெண்டில் இருக்க வேண்டும் என்பதில் நான் ஸ்ட்ரிக்ட். நான் இப்படி மட்டும்தான் இருப்பேன் என்ற ஒற்றை

அடையாளத்தில் அல்லது ஒற்றைக் கருத்தில் ஒத்துப்போக மாட்டேன். நான் வேறு வேறாகவும், எனக்குப் பிடித்த மாதிரியும் இருக்கவே ஆசைப்படுகிறேன். எப்போதும் உற்சாகத்துடன் வளையவருவதே பிடிக்கும். அது என் உடையிலும் மேக்கப்பிலும் தெரிவது என் தன்னம்பிக்கையின் அடையாளம். ஒரு ஆண் எப்படி என்னைப் பார்க்கிறான் என்பதை மட்டுமே யோசித்த படி என்னால் வாழ முடியாது.

தமிழ்நாட்டைப் பொறுத்தவரை மேக்கப் அணியும் பெண்ணைச் சமூகம் பார்க்கும் பார்வைகளை என்னால் ஜீரணித்துக்கொள்ள முடியவில்லை. ஸ்லீவ்லெஸ் அணிந்து, அடர் நிற லிப்ஸ்டிக் போட்டுக்கொண்டு ஒரு மரத்தடியில் பஸ்ஸுக்காக, நண்பனுக்காக, தோழிக்காக நீங்கள் மாநகரங்களில் காத்திருப்பவர் என்றால் 'வர்றியா' என்கிற கேவலமான பேச்சைக் கேட்டுப் பதைபதைத்துக் கடந்து வந்தவராக இருப்பீர்கள். ஒருவருக்காகப் பொதுவெளியில் காத்திருக்கும் நேரமெல்லாம் நரகம் என்பதை ஒவ்வொரு பெண்ணும் தங்கள் வாழ்க்கையில் உணர்ந்திருப்பாள்.

ஒரு படி மேலே போய், பொதுவெளியில் பெண்களை உரசிக்கொண்டு போவது, பின்னால் தட்டுவது, மார்பில் கை வைப்பது என்று இந்த 2017ஆம் ஆண்டுகூட இந்தக் கொடுமைகள் நடந்துகொண்டுதான் இருக்கின்றன. இத்தகைய பாலியல் சீண்டல்களின் உச்சகட்ட வடிவம்தான் வன்புணர்வு.

படிப்பு, வர்க்கம், தொழில், வயது... இவைகளைத் தாண்டி 'இந்த' விஷயத்தில் எல்லா ஆண்களும் பாரபட்சமில்லாமல் நடந்துகொள்கிறார்கள்.

நான் வேலைக்குச் செல்ல ஆரம்பித்த இந்த 13 வருடங்களில் அலுவலகங்களிலும், பொதுவெளியிலும் சந்தித்த பாலியல் அவலங்கள் எண்ணிலடங்காது. ஆபீஸ் சேல்ஸ் மீட்டிங்குகளில் அதிகம் விவாதிக்கப்பட்டது என்னுடைய லிப்ஸ்டிக்காகத் தான் இருந்தது. பெண் பார்க்க வந்த ஆண்களும் "நீங்க ஏன் இவ்ளோ டார்க் கலர்ல லிப்ஸ்டிக் யூஸ் பண்றீங்க" என்கிற கேள்வியைக் கேட்கத் தவறியதேயில்லை.

"மேக்கப் போடுற, மாடர்ன் டிரஸ் போடுற பொண்ணுங் களுக்கு திமிர் அதிகம் இருக்கும்" என்று என் ஆண் நண்பர்கள் பெண்களைப் பற்றிப் பேசுவதை அதிகம் கேட்டிருக்கிறேன்.

அணியும் உடைகளைத் தாண்டி, தோற்றங்களைத் தாண்டி, பொதுவெளிக்கு வரும் எல்லாப் பெண்களுக்குமே பாலியல் ரீதியான ஆபத்துக்கள் நேர்கிறபோதிலும், சற்றே நவநாகரிகமான

பெண்களுக்கு ஆபத்துக்கள் வேறு வேறு வடிவில் வருகின்றன என்பதே நிதர்சனம். இதற்கெல்லாம் தூண்டுகோலாய் பொது விளம்பரங்களும் அமைந்துவிடுகின்றன. பால் பொருட்கள் விளம்பரத்தில் வரும் அம்மாக்கள் பாந்தமாகவும், சற்று கிளர்ச்சி கூட்டப்பட்ட விளம்பரங்களில் பெண்கள் அதிக ஒப்பனையோடும் வலம் வருவார்கள். காலம்காலமாக ஆண்கள் மனதில் பெண்களைப் பற்றிய பார்வை இப்படியே விதைக்கப்படுகிறது.

சினிமாவிலும் ஹீரோக்களை மயக்கும் பெண்கள் நவீன உடைகளிலும், வில்லிகள் அதிக ஒப்பனைகளிலும் வருவது போலவே சித்தரிக்கப்படுகிறது. தமிழ்நாட்டின் உச்ச நட்சத்திரம் நடித்த ஒரு முக்கியப் படத்தில் பாவாடை தாவணி அணிந்த பெண் ‘மங்களா’ என்றும், மாடர்ன் உடையணிந்த பெண் ‘ஐட்டம்’ என்றும் காமெடியனுடன் வசனம் பேசுவார். பெண்களின் தோற்றத்தை வைத்து ‘கலாச்சார அறிவுரை’ என்கிற பெயரில், அவர்களை இழிவுபடுத்தும் ஹீரோக்களைத் தெய்வமாகக் கருதும் இளைஞர்கள், இதே மனநிலையிலேயே பெண்களைப் பார்க்கிறார்கள் என்பதே உண்மை.

இதே மனநிலை மீம்ஸ்களிலும் வெளிப்பட ஆரம்பித்து விட்டது. லட்சத்துக்கும் அதிகமான இளைஞர்களை பாலோயர்களாகக் கொண்ட ஆண்களுக்கான வலைப்பக்கம் ஒன்றில் ‘துப்பட்டா போட்ட பெண்களை மட்டும் கையெடுத்துக் கும்பிடத் தோன்றுகிறது’ என்கிற கருத்தைப் பதிவுசெய்ய, அதற்கு ஆண்களிடையே பாராட்டு குவிந்து ஷேர் எகிறுகிறது.

முன்னேற்றத்தின் பாதையில் பெண்கள் விரைந்து கொண்டிருக்கும் வேளையில் நொடிக்கு நொடி அவர்களைப் பாலியல்ரீதியாக அணுகுவது பெண்களை அடிமைப்படுத்தும் செயலன்றி வேறேதும் இல்லை. ‘நீ வெளியே வந்தால், நான் உன்னோடு போட்டி போட்டு ஜெயிப்பதைவிட, உன்னைப் பாலியல்ரீதியாகச் சீண்டினாலே நீ முடங்கிப்போவாய்’ என்பதே இந்தப் பிரச்சினைகளின் நோக்கமாகப்படுகிறது.

சில ஆண்களின் இந்த நோக்கத்தைப் புரிந்துகொள்ள வேண்டிய கட்டாய நிலைக்குப் பெண்கள் தள்ளப் பட்டிருக்கிறோம். நான் முன்னேறுவேன், பொதுவெளியில் தைரியமாக இயங்குவேன், யார் என்னை எந்தப் பெயர் வைத்துக் கிண்டலடித்தாலும், நான் அதுவாக ஆக மாட்டேன். என் உடல், இயற்கை எனக்கு அளித்த வரம். அதன் வடிவம் அழகானது. அதை அழகுபடுத்துவது என்னுடைய தனி மனித

சுதந்திரம். சில ஆண்களின் வக்கிரபுத்திக்கு என் உடையோ, நான் அணிந்துகொள்ளும் ஒப்பனையோ எந்த விதத்திலும் காரணம் இல்லை என்பதைப் பெண்கள் உணர்ந்தாலே பொது வெளியில் நடக்கும் சம்பவங்களினால் மனம் உடைந்து போகாமல் கம்பீரமாக நடக்கலாம். பதுங்கப் பதுங்கத்தானே தொல்லைகள் தொடரும்? சீண்டினால் முடங்காமல் கேள்வி யெழுப்பினால்தான் பிரச்சினைகளுக்குத் தீர்வு கிடைக்கும்.

விகடன்.காம், 16.03.2017

32

சாத்தான்

என்னைத் தீர்ப்பிலிட ஏதுவாய் நீ உன் புனித நூலைக் குடைந்துகொண்டிருந்தபோது மதத்தின் பெயரால் உன் மேல் எறியப்படவுள்ள அடுத்த கல்லைத் தடுக்க ஆயத்தமாகிக் கொண்டிருந்தேன்.

ஆடையின் நிமித்தம் நீ என்னை வேசி என்றழைத்தபொழுது நான் உன் வீட்டுப் பெண்களின் பாதுகாப்புக்காக விதிகளில் போராடிக் கொண்டிருந்தேன்.

மத துவேஷத்திற்காக நீ என்னைக் கொல்லத் தேடிக்கொண்டிருந்த வேளையில் நான் என் உடலுறுப்பு தானப் படிவத்தில் கையெழுத்திட்டுக் கொண்டிருந்தேன்.

போதகர்கள் பேச்சைக் கேட்டு நீ என் கையிலிருந்து தட்டிவிட்ட உணவு பசியில் வாடும் உன் குழந்தைகளுக்காக நான் கொண்டுவந்தது.

நீ என்னை ஆலயத்தில் விட மறுக்கக் காரணமாய் இருந்த என் உடையின் ரத்தக் கறை நான் விபத்தில் காப்பாற்றிய உன் சகோதரனுடையது.

நீ என்னைச் சாத்தானென்று வசைந்த ஒவ்வொரு முறையும் பிரபஞ்சத்தின் ஏதோ ஓர் மூலையில் கேட்டுக்கொண்டிருந்த விசும்பல் சத்தம் கடவுளினுடையது.

33

புரசைவாக்கத்தில் இயேசு

நேற்று இரவு புரசைவாக்கம் தானா தெருவில் இயேசு எனக்கு முன்பாகத் தோன்றி அருளிய 10 கட்டளைகள்:

1. நான் சிலுவையிலே உடைகளற்றுத் தொங்கிக் கொண்டிருந்தது யூதர்களுக்குச் சிரிப்பாக இருந்தது, என் தாய்க்குக் கொடிய வேதனையாக இருந்தது, என் நண்பர்களுக்கு அச்சத்தைக் கொடுத்தது, என் பெண் தோழிக்கு என்மேல் கருணை பொங்கி வழிந்தது, என் இரு பக்கங்களிலும் சிலுவையில் அறையுண்ட கள்வர்களுக்கு ஆறுதலைக் கொடுத்தது. . . ஆகவே மகளே, நீ அணிந்திருக்கும் உடைக்கும் உன் நடத்தைக்கும், அதன் நிமித்தம் மற்றவர் உன்னைப் பார்க்கும் பார்வைக்கும் எந்த சம்பந்தமில்லை என்பதை நிரூபிக்கவே நான் உடைகளற்றுத் தொங்கினேன். நீயும் உன் ஆடைகள் குறித்துக் கலக்கம் கொள்ளாதே.

2. என் தாய் திருமணம் ஆகாமலே குழந்தை பெற்றுக்கொண்டார். இன்று அவரும் அவர் வயிற்றில் பிறந்த நானும் உலகம் முழுவதும் வணங்கப்படுவதன் அர்த்தம் ஒரு பெண்ணின் மாண்பு உடல் சார்ந்ததல்ல என்று நிரூபிக்கவே. நான் போராளியாய் ஆவதற்கு என் தாய்தான் முதல் உதாரணம். நான் பிறந்து 2000 ஆண்டுகள் கழித்துக்கூடப் பெண்கள் தங்கள் உடலைக் கொண்டு அவமானப்படுத்தப்படுவார்கள் என்றறிந்தே இவையெல்லாம் நிறைவேறிற்று.

ஆகவே உன் உடலினிமித்தம் நீ எடுக்கும் முடிவுகளில் உனக்கு எல்லா உரிமையும் உண்டு. அவமானப்படாதே...

3. நிற்காத உதிரபோக்குள்ள பெண் என்னைத் தொட்டதும் குணமாகியது, அவளுடன் சேர்த்து என் ஆன்மாவும்தான். என்னைத் தொட்டபோது அவள் எரிந்து போகவில்லை. மாறாக, அவள் என்னோடு பரலோக ராஜ்யத்தில் அமர்ந்து கொண்டாள். உதிரப் போக்கின் வலியை எனக்கு உணரச் செய்தவள் அவள். அந்த ரத்தம்தான் என் கிழிக்கப்பட்ட நெஞ்சிலிருந்தும் ஆறாக ஓடியது. இந்த இரண்டு உதிரங்களும் மானுடத்தை மீட்க வந்தவை. ஆகவே மகளே, உன் உதிரத்தைத் தீட்டெனச் சொல்லும் தேவாலயங்களைப் புறக்கணித்து விடு. நேரே வந்து என்னைத் தொடு, அந்த ஸ்த்ரீயைப் போல்.

4. நான் உன்னை என் சாயலாகப் படைத்தேன், நான் உன் சாயலாகத் தோன்றினேன். உன் கேசம் அவமானத்திற்குரிய சின்னமென்றால் நான் உன்னை அது இல்லாமலேயே படைத்திருப்பேனே? மகதலேனா தன் கூந்தலால் என் காலை இளைப்பாற்றியபொழுது அவளை நான் எட்டி உதைத்தேனா?

உன் தலையைப் போர்த்திக்கொண்டு என்னைச் செபிக்கச் சொல்லும் என் அடியார்கள் என்று கூறிக்கொள்ளும் எவனும் என்னை முட்டாள் என்றே உலகத்திற்குக் காட்சிப்படுத்துகிறான்.

தலையை மூடாதே மகளே... உன் கேசத்தின் அழகில் நீ தேவனின் கிரியைகளை மகிமைப்படுத்து.

5. என் பெண் தோழிகள் என் கடைசி நொடிவரை என்னோடு இருந்தார்கள். ஆண் பெண் பழகினால் அது காமம் நிமித்தமாகத்தான் இருக்கும் என்கிற சமுதாயத்தின் அசிங்கப் பார்வைகளை அவர்கள் அன்றே உடைத்தெறிந்தார்கள். நீயும் அவ்வாறே செய்.

6. நான் சிலுவை சுமந்து சென்றபோது என் ரத்தம் கலந்த வேர்வையைத் துடைக்க எந்த ஆணும் துணியாத நேரத்தில் வெரோனிகா மட்டுமே என் முகத்தைத் துடைத்து ஆறுதல் அளித்தாள். அடக்குமுறைகளின் அத்தனை வடிவங்களையும் தினந்தோறும் சந்திக்கும் பெண்களுக்குத்தான் அதனைக் கடந்து மற்றவருக்கு உதவி செய்யத் துணிச்சல் இருக்கும் என்பதனை அவள் உலகிற்கு நிரூபித்தாள். நீயும் தடையை உடை. காவல்களைக் கடந்து வா.

7. சிலுவையின் பாதையில் நான் பயணித்தபொழுது எனக்காக அழுத பெண்களை நான், "எனக்காக அழாதீர்கள், உங்கள் பிள்ளைகளுக்காக அழுங்க"ளென்றேன். ஏன் தெரியுமா?

இந்தச் சமூகத்திற்காக ஒரு ஆண் எவ்வளவு பாடுபட்டாலும் அவன் ஏதோ ஒரு விதத்தில் பெண் விடுதலைபற்றிக் கவலைப்படாதவனாக இருப்பான். பெண்கள் அவனுக்கு எப்போதும் கடைசியே. உங்கள் ஊர் சமூக நீதி செயல்பாட்டாளர்கள் போல. ஆனால் ஒரு பெண்ணோ எந்தப் போராட்டத்திலும் யாரையும் புறம் தள்ளுவதில்லை. அவளால் மட்டுமே சமூகநீதியை எல்லா சமூகங்களுக்கும், ஆண் பெண் பாரபட்சமில்லாமல் முன்னெடுத்துச்செல்ல முடியும். . . ஆகவே போராளியாய் மாறு. நீ பிறக்கும்போதே போர்க் கருவி.

8. மரணத்தைக் கண்டு அஞ்சாதே. மரணமே நேர்ந்தாலும் பல ஆயிரம் ஆண்டு உன் பெயர் நிலைத்திருக்கும் என்பதே நான் நிகழ்த்திய முதல் அதிசயம். அடிமைப்பட்டு வாழ்வதைவிட அடிமை விலங்கை உடை. செத்தாவது வாழு.

9. எல்லாக் காலங்களிலும் நான் ஜனிக்க முடியாத காரணத்தினால்தான் பல ஊர்களில் பல பெயர்களில் பிறந்தேன். உங்கள் ஊரில் என் பெயர் 'பெரியார்.' இந்த ஒரு அவதாரத்தில் மட்டும்தான் என்னையும் உன்னையும் அடிமைப்படுத்தியவர்களை நான் திருப்பிச் சிலுவையில் அறைந்தேன். இன்னும்கூட அந்தப் பெயரைக் கேட்டால் பேயே ஆணி எடுத்து தன்னைச் சிலுவையில் அறைந்துகொள்கிறது. சாத்தானை ஓட்ட அந்தப் பெயரைச் சொல்லு.

10. உனக்கான மற்ற கட்டளைகளை நீயே வடிவமைத்துக்கொள். அதற்கான திறனோடுதான் உன்னைப் படைத்திருக்கிறேன். உனக்குக் கட்டளை போட யாருக்கும் தகுதி இல்லை. உன்னைத் தவிர.

(இதற்குப் பின்பு அவர் என் காதில் கிசுகிசுத்துச் சென்றது: "நான் ஆணாய்ப் பிறந்ததே பெண்களுக்கு எதிராய் நடந்த பாவங்களுக்குப் பிராயச்சித்தம் தேடவே. . .")

34

புரியாத புதிர்

புரியாத புதிர் என்று ஒரு படம். அதில் ரகுவரன் முதலிரவில் தன் மனைவி 'react' செய்யும் விதத்தை வைத்து, அவர் ஏற்கனவே 'experience' ஆனவர் என்கிற பிம்பத்தை மனதில் உருவாக்கி வைத்துக்கொள்வார். அன்றிலிருந்து ஒவ்வொரு நாளும் மனைவியை சந்தேகிப்பது சித்ரவதை செய்வது என்று படத்தின் போக்கு இருக்கும். ரகுவரனின் கதாபாத்திரத்தைப் போலவே பெரும்பாலான இந்திய ஆண்களுக்குத் தனக்கு வரப்போகும் மனைவி கன்னியா இல்லையா என்கிற மாபெரும் குழப்பம் இருக்கிறது. இந்த விஷயத்தைக் கண்டுபிடிக்க இவர்கள் கையாளும் வழிகள் விசித்திரமானவை, உண்மைக்குத் துளியும் சம்பந்தம் இல்லாதவை.

இந்த வழிகள் செவிவழிச் செய்தியாக அவர்களுக்குப் பகிரப்பட்டவை. இந்த வழிகள் ஆண்களின் மூளைக்குள்ளேயே உதித்து அவர்களுக்குள்ளேயே சரக்கு பார்ட்டிகளில், ஆபீஸ் சிகரெட்டு இடைவேளைகளில், வாட்சப் குரூப்களில் சிரிப்பும் கும்மாளமுமாகப் பகிரப் பட்டவை.

"மச்சான், அவ மூக்கு பெருசா இருந்தா அவ பெண் உறுப்பு பெருசா இருக்கும்."

"அவ கீழ்உதடு பெருசா இருந்தா அவளுக்கு மேட்டர்ல interest ஜாஸ்தி மச்சான்."

"மாப்ள... மேக் அப் போடற பொண்ணுங்க எல்லாம் ஐட்டம்டா... So... மேக் அப் போடாத பொண்ணா பாத்துக் கல்யாணம் பண்ணிக்கடா."

போன்றவை இவர்களின் ஆராய்ச்சிக் கண்டுபிடிப்புகள். இவர்களின் இன்றைய ஒழுக்க ஆராய்ச்சிகளின் நவீன வடிவம் தான் பெண்களின் கன்னித்தன்மையைப் பற்றி வெளிவரும் மீம்கள். இன்றைய ஆராய்ச்சி இளைஞனுக்கு இந்த மீம்கள்தான் கையேடுகள்.

இவர்களின் இந்த ஆராய்ச்சிகளையும் பிரகடனங்களையும் பார்த்துச் சிரித்துவிட்டுச் செல்ல முடியாது. இந்தியாவில் பெண்களுக்கு நகைச்சுவை உணர்வு கம்மி. ஏன் தெரியுமா? இங்கே பெண்களின் வாழ்க்கை பல நூற்றாண்டுகளாகச் சிரிப்பாய் சிரித்துக்கொண்டிருக்கிறது.

இதில் முக்கியமாகக் கைம்பெண்கள், விவாகரத்தான பெண்களின் வாழ்க்கை இன்னும் பல்லிளித்துக்கொண்டு தான் இருக்கிறது. 1856ஆம் ஆண்டு பண்டிதர் ஈஸ்வர சந்திர வித்யாசாகர் ஆங்கிலேயர்கள் துணையோடு 'கைம்பெண்கள் மறுமணச் சட்டம்" கொண்டு வந்ததுடன் இவர்களுக்குச் சட்டரீதியாய் இருந்த சிக்கல்கள் முடிவுக்கு வந்தன. ஆனால் சமூகப் பிரச்சினைகள், சமூக இழுக்குகள் இன்னும் தொடர்ந்து கொண்டே இருக்கின்றன.

என்னதான் திருமணம் என்பது கட்டாயம் என்கிற நிலை மாறி அது பெண்களுக்கு '*lifestyle choice*'ஆக ஆகியிருந்தாலும் திருமணத்தில் நாட்டமுள்ள பெண்களுக்கு மறுமணம் என்பது இந்த நாட்டில் இன்றும்கூடக் கசப்பான அனுபவமாய்த்தான் இருக்கிறது என்பது நிதர்சனம். அதற்கு முக்கியக் காரணம், அவர்களின் '*sexual status*/பாலியல் தகுதி.'

கைம்பெண்களுக்கும், விவாகரத்து ஆனவர்களுக்கும் இந்தச் சமூகம் வைத்த செல்லப் பெயர் '*used piece*', '*second hand*'. ஆண்களுக்கு இத்தகைய பெயர்கள் இல்லை. ஏனென்றால் அவர்கள் வானத்திலிருந்து குதித்தவர்கள்.

இந்த ஐந்து ஆண்டுகளில் என்னிடத்தில் கவுன்சலிங்கிற்காக வந்த மறுமணத்தை எதிர்பார்த்திருந்த பெண்கள் பெரும்பாலான வர்களிடம் பெண் பார்க்கும் படலத்தில் ஆண்களிடமிருந்து கேட்கப்பட்ட கேள்வி '*are you a virgin*', '*was it just oral sex*', '*how many times you had sex*', 'விவாகரத்துக்கு அப்பறமா *sex* மூட் வந்து இருக்குமே, இவ்ளோ நாள் தனியா எப்படி மேனேஜ் பண்ண?' இதில் மிகவும் அற்புதமான விஷயம் என்னவென்றால் அந்தப் பக்கத்தில் இருந்து கேள்வி கேட்ட ஆண்கள் பலருக்கும் அது மறுமணம்.

மேட்ரிமோனி இணையத்தளங்களில் மறுமணம் பதிவு செய்திருக்கும் ஆண்கள் பெரும்பாலானோர் கேட்பது '*unmarried*' பெண்களைத்தான்.

எனக்குத் தெரிந்த ஒரு கைப்பெண்ணை ஒருவர் காதலித்து ஏமாற்றிவிட்டார். நியாயம் கேட்கப் போனவரிடம் அந்த உத்தமன் சொன்னது: "நீ ஆல்ரெடி எல்லாம் பாத்தவதானே... ஏதோ கன்னிப் பொண்ணு மாதிரி பொலம்புற?"

இத்தகைய நிலையில் இருக்கும் பெண்களுடன் பாலியல் தொடர்பு வைத்துக்கொள்ள விரும்பும் இவர்கள் திருமணம் செய்துகொள்ள மட்டும் துணியாத காரணம், சமூகம் இவர்களை எப்படி நடத்தப் போகிறது என்கிற அச்சத்தினால் மட்டுமே. உடல்ரீதியாக எந்த வேறுபாடு இல்லாவிட்டாலும், சமூகப் பார்வைக்கு மட்டுந்தான் இந்த '*virgin*', '*experience*' எல்லாம். இது ஒரு சமூகக் குறியீடு.

திரைப்படங்களில்கூட ஒரு பெண்ணுக்கு மறுமணம் ஆக வேண்டுமானால் ஒன்று திருமணம் ஆன இரண்டு மணி நேரத்திலேயோ அல்லது முதலிரவுக்கு முன்போ கணவன் இறந்திருக்க வேண்டும். இல்லையெனில் தாம்பத்திய வாழ்வு நடக்காமலேயே கணவன் அவளை விட்டுச் சென்றிருக்க வேண்டும். அப்படி இருந்தால் மட்டுமே ஹீரோ அவளைத் திருமணம் செய்துகொள்வார்.

இத்தகைய சூழல்களால் மறுமண வாழ்க்கைக்குள் நுழைய முடியாத சில பெண்கள் அதற்கு வெளியே ஒரு துணையை ஏற்படுத்திக்கொண்டால் அவர்களை இந்த நிலைக்குத் தள்ளிய சமூகமே அவர்கள்மீது 'கள்ளக்காதல்' என்கிற வார்த்தைப் பிரயோகத்தை நிகழ்த்துகிறது. இது பெண்கள்மீது நடக்கும் மிக பெரிய வன்முறை

யார் பேச்சைக் கேட்டு ரகுவரன் கதாபாத்திரம் மனைவியைக் கொடுமை செய்ததோ அதை ஆதாரமாக வைத்து அத்தகைய சந்தேகங்கள் இன்னொரு ஆணுக்கும் அவன் மனைவிமேல் வரலாம், அறிவியல்ரீதியாக அந்த விஷயங்கள் தவறென்றாலும் கூட.

பெரும்பாலான ஆண்கள் இரண்டு விஷயங்களைப் புரிந்து கொள்ள வேண்டும்.

ஒரு பெண் கன்னியா, முன்னனுபவம் உள்ளவளா என்பதை அந்தப் பெண் சொன்னாலொழிய அவளின் உடல் காட்டிக் கொடுக்காது. இயற்கை அவர்களை அப்படித்தான்

படைத்திருக்கிறது. தாம்பத்யம் என்பது நம்பிக்கையின் அடிப்படையில் மட்டுமே கொண்டுசெல்ல வேண்டியது. பெண்கள் எந்த நம்பிக்கையோடு தாம்பத்யத்திற்குள் நுழைகிறார்களோ அதே நம்பிக்கை ஆண்களுக்கும் தேவை.

இரண்டாவது, வாழ்க்கைத் துணை என்பது ஒரு ஐந்து அடி, 55 கிலோ சதை அல்ல. வாழ்க்கைத் துணை என்பது மனம், குணம், உணர்ச்சிகள் எல்லாம் சேர்ந்த ஒரு உயிர். வெறும் பாலியல் தகுதியை வைத்து ஒருவரைத் திருமணம் செய்துகொள்வது நாம் அவரை வெறும் சதைப் பிண்டமாக மட்டுமே பார்க்கிறோம் என்பதையே காட்டுகிறது. பெண்களை இழிவுபடுத்தும் சமுதாயப் பார்வையைத் தூக்கிப் பிடிக்கும் எந்த ஒரு கருத்தையும் பிரச்சாரத்தையும் எந்தக் கலை வடிவில் கொடுத்தாலும் அதைப் பெண்கள் எதிர்த்துக்கொண்டேதான் இருப்பார்கள். அதைப் பார்த்துச் சிரித்துவிட்டுப் போக அவர்கள் முட்டாள்கள் அல்ல.

புஷ்பா புருஷனைத்தான் இங்கே கிண்டல் செய்வார்கள்; ஜெமினி பொண்டாட்டியை அல்ல.

35

முதல் குடிமகன்

ஒடுக்கப்பட்ட இனத்தைச் சேர்ந்தவர்.

ஏழை.

பள்ளிக்குத் தினமும் 8 கிலோமீட்டர் நடந்து சென்று படித்தவர்.

ஆதிக்க சாதியினரால் ஆக்கிரமிக்கப்பட்ட திருவிதாங்கூர் பல்கலைக்கழகத்தில் ஆங்கில முதுகலைப் படிப்பில் முதலிடம் பிடித்த முதல் தலித்.

ஒடுக்கப்பட்டவர் என்கிற காரணத்தினால் ராமசாமி அய்யரால் தனக்கு உரிய விரிவுரையாளர் பணி மறுக்கப்பட்டவர்.

தான் சந்தித்த பர்மியப் பெண்ணைக் காதலித்துத் திருமணம் செய்துகொண்டவர்.

இந்தியாவின் உயர் பதவியில் அமர்ந்த முதல் ஒடுக்கப்பட்டவர்.

இந்தியாவின் முதல் தலித் ஜனாதிபதி.

சுதந்திர இந்தியாவில் பொதுத் தேர்தலில் முதன் முறையாக வாக்களித்த ஜனாதிபதி.

இப்படி பல முதல்களுக்குச் சொந்தக்காரரான அவர்தான் என்னைப் பொறுத்தவரை மக்களின் ஜனாதிபதி.

ஆனால் அவரைப் பற்றிப் பலருக்குத் தெரியாது. ஏன் தெரியுமா?

இந்தியாவின் ஐம்பதாம் ஆண்டு வருட சுதந்திர விழாவில் அம்பேத்கர் பற்றியும் சமூகநீதி பற்றியும் பேசியவர். மற்றவர்களைப் போல் பகவத் கீதையின் மாண்பைப் போற்றவில்லை.

அவரின் பேச்சுக்களும் செயல்களும் ஆதிவாசிகள், பட்டியலினத்தார் மேம்பாடு பற்றியே இருந்தது. மாறாக, ருத்ரவீணை வாசிக்கப் பழகிக்கொள்ளவில்லை.

கடைசிவரை தன் தலித் அடையாளத்தை அழித்துக் கொள்ளவில்லை. மற்றவர்கள் போல் சுத்த சைவமாக மாறி இந்து மதத்தின் புகழ் பரப்பவில்லை.

சாவர்க்கருக்கு 'பாரத ரத்னா' விருது கொடுக்கும் பரிந்துரையை நிராகரித்தவர். மற்றவரைப் போல் கொலை செய்த காந்தியின் படத்திற்கு முன் சாவர்க்கரின் படத்தை நாடாளுமன்றத்தில் வைக்க அனுமதி கொடுத்தவரல்ல.

குஜராத் கலவரத்தையும் அதற்குக் காரணமான மோடியையும் வாஜ்பாயியையும் வன்மையாகக் கண்டித்து இரண்டாம் முறை ஜனாதிபதியாகும் வாய்ப்பை இழந்தவர்.

இப்படிப்பட்ட காரணங்களினால் கே.ஆர். நாராயணன் மக்களால் மறக்கப்பட்ட, புறக்கணிக்கப்பட்ட மக்களின் ஜனாதிபதியானார்.

36

மாதவிடாய் ஆண்

இந்த உலகில் இரண்டு ஆண்களை மிகவும் எனக்கு பிடிக்கும்.

1. இந்த உலகத்தில் முதலில் கால் பதித்தது ஒரு பெண் என்று ஆராய்ந்து சொன்ன ஒருவர்.

2. பெண்கள் பயன்படுத்தும் சானிட்டரி நாப்கினைக் கண்டுபிடித்தவர்.

முதலில் குறிப்பிட்டவர் பெண்ணடிமைத் தனத்தின் ஆணிவேரான மதக் கட்டுக்கதைகளை உடைத்தவர்.

இரண்டாவது மனிதர் பெரும்பாலான பெண்கள் வீட்டை விட்டு வெளியே வந்து முன்னேற ஊன்றுகோலாய் இருந்தவர்.

கொஞ்ச காலம் முன்பாக மூன்றாவதாக ஒரு ஆண் என்னைக் கண்கலங்க வைத்தார்.

அவர் அமெரிக்கரோ இல்லை ஐரோப்பியரோ இல்லை. இந்தத் தமிழ் மண்ணில் பிறந்த சூப்பர் ஹீரோ அவர்.

அருணாச்சலம் முருகானந்தம்.

இந்த உலகத்தில் கண்டுபிடிப்புகளுக்குக் காரணியாக மூன்று விஷயங்கள் இருக்கின்றன

அறிவியல்மீதான காதல்

மானுடத்தின்மீதான காதல்

மனைவியின்மீதான காதல்

நம் வாழ்வின் அன்றாட பாரங்களைக் குறைக்கும் பல அரிய கண்டுபிடிப்புகள் அந்த மூன்றாம் காரணத்தால் உண்டானவைதான்.

இந்தக் காரணம்தான் இன்று நான் அருணாச்சலம் முருகானந்தத்தைப் பற்றி எழுத என்னை உந்தியது.

மனைவியின்மீது கொண்ட காதல் ஒரு மனிதனைச் சிந்திக்க வைத்தது, தீர்வுகள் தேடி ஓடவைத்தது, விசித்திர வழிகளைக் கையாளவைத்தது, பைத்தியக்காரன் என்கிற பட்டத்தை வாங்கித்தந்தது, எந்த மனைவிக்காக இதெல்லாம் செய்தாரோ அவரே இவரைப் பிரியவைத்தது, இறுதியில் சாதனையாளர் ஆக்கியது. இதுதான் அருணாச்சலத்தின் கதை.

கோயம்புத்தூரில் சாதாரண குடும்பத்தைச் சேர்ந்தவர் அருணாச்சலம். கல்யாணம் ஆன முதல் மாதம் ஆசை மனைவி மாதவிடாய் நேரத்தில் கந்தல் துணி சகிதம் கஷ்டப்பட, மனைவியின் துயர் துடைக்க முற்படுகிறார்.

கடையில் விற்கும் விலை உயர்ந்த நாப்கின் போலவே வீட்டில் தானே பருத்தியைப் பயன்படுத்தி ஒரு நாப்கினைத் தயார் செய்து மனைவியை உபயோகிக்கச் சொல்கிறார்.

மனைவிக்கோ இது சரியாகப் பயன்படவில்லை.

ஒவ்வொரு மாதம் வெவ்வேறு முறைகளில் நாப்கின் தயாரித்து மனைவியை சோதிக்கச் சொல்லுகிறார். முயற்சி தோல்வியில் முடிகிறது. மனைவி ஒத்துழைக்க மறுக்கிறார்.

மருத்துவக் கல்லூரியைச் சார்ந்த பெண்களை அணுகி இந்த விஷயத்தைச் சொல்கிறார். அவர்கள் வெட்கப்பட்டு மறுக்கிறார்கள்.

வேறு வழி இல்லாமல் போக. தானே பெண்ணாக மாற முடிவெடுக்கிறார் அருணாச்சலம்.

மாதவிடாய் என்கிற வார்த்தையைச் சொல்லவே தயங்கும் ஆண்கள் வாழும் இந்த நாட்டில் வயிற்றைச் சுற்றி ஆட்டு ரத்தத்தை ஒரு பையில் கட்டிக்கொண்டு ஒரு டியூப் வழியாக அந்த உதிரத்தை வரவழைத்துக்கொள்கிறார். சோதிக்கத் தயாரித்து வைத்திருக்கும் நாப்கினை அவரே உபயோகிக்கிறார்.

அந்த நாப்கினை அணிந்துகொண்டு தன் அன்றாட அலுவல்களைக் கவனிக்கச் செல்கிறார்.

ஆடை வழியே கசிந்த ரத்தம், ரத்த வாடை என்று மனிதர் உலா வர, சுத்தி இருக்கும் சமூகம் அவரைப் பைத்தியக்காரன்,

கேவலமானவன் என்று பேச ஆரம்பிக்க. நேசித்த மனைவி அவரைப் பிரிகிறார். விவாகரத்து நோட்டீஸ் அனுப்புகிறார்.

அப்படியும் இந்த மனிதர் தளராமல் கிட்டத்தட்ட ஐந்து வருடம் போராடி மிகக் குறைந்த விலையில் சானிட்டரி நாப்கின் ஒன்றைக் கண்டுபிடிக்கிறார். அதைச் செய்யும் ஒரு நவீன இயந்திரத்தை உருவாக்குகிறார்.

தன் முயற்சியில் அபரிதமான வெற்றிபெற்ற அவரின் நாப்கின்கள் இன்று இந்தியா முழுவதும் விற்கப்படுகின்றன. அவரின்கீழ் பல பெண்கள் வேலை செய்கிறார்கள். 2016ஆம் ஆண்டு அவருக்கு 'பத்மஸ்ரீ' பட்டமும் வழங்கப்பட்டது.

சிறந்த தொழிலதிபர், நம்பிக்கைப் பேச்சாளர் போன்ற அனைத்து விருதுகளுக்கிடையே அவரின் மனைவியும் அவரோடு இணைகிறார்.

சுபம்... என்று போட்டு இந்தப் பதிவை முடித்துவிடத் தோன்றுகிறது. ஆனால்...

இந்த மனிதன் செய்த செயல் ஒரு சுபத்தோடு முடிய வேண்டிய ஒன்றல்ல. பல தலைமுறையினருக்குச் சென்று சேர வேண்டிய சமூகப் பொக்கிஷம் அருணாச்சலத்தின் கதை.

ஏனென்றால் இதுபோன்றோரின் சாதனைக் கதைகள் இந்தச் சமுதாயத்தை நல்ல முறையில் மாற்றக்கூடிய வல்லமை கொண்டவை.

அப்படிபட்ட ஒரு கதையை நம் தமிழ் சினிமா புறக்கணித்திருக்கிறது.

எங்கு கேட்டாலும் கதைப் பஞ்சம், கதைப் பஞ்சம். இந்த மண்ணில் இல்லாத கதைகளா?

மேலே சொன்ன இந்த சாதனைக் கதையை இந்தியில் தற்பொழுது வெற்றிகரமாக இயங்கிவரும் அக்ஷய் குமார் என்கிற ஒரு ஆக்ஷன் நாயகன் நடித்திருக்கிறார்.

அக்ஷய் குமார் செய்யாத மாஸ் ஹீரோ ரோலே கிடையாது. ஆனால் சில வருடங்களாக அவர் தேர்ந்தெடுத்து நடித்துவரும் வித்தியாசமான கதாபாத்திரங்கள் மயிர்க்கூச்செரிய வைக்கின்றன.

விட்டுப் பிரிந்துபோன மனைவியின் குறிக்கோளாக அவருக்குக் கழிவறை கட்டிக்கொடுக்கும் உண்மைச் சம்பவத்தை மையமாக வைத்து எடுத்த 'டாய்லட் ஏக் பிரேம் கதா' என்கிற ஒரு படம் அவர் ஹீரோவாக நடித்து சமீபத்தில்தான்

வெளியானது. அதன் தொடர்ச்சியாக "*Padman*" என்கிற பெயரில் வெளியாகவிருக்கும் அருணாச்சலம் முருகானந்தத்தின் கதையிலும் அக்ஷய் குமார்தான் ஹீரோ.

இந்தியில் அக்ஷய் குமாருக்கு ஒரு நல்ல மார்க்கெட் இருக்கிறது. ஆக்ஷன் ஹீரோ இமேஜ் இருக்கிறது. அவர் இது போன்ற கதைகளில் நடிக்கத் தேவையில்லைதான். ஆனாலும் இதுபோன்ற கதைகளைத் தேடி நடிக்கிறார்.

ஏன்?

இந்தச் சமூகத்தின்மேல் உள்ள ஒரு காதலினால்.

சரி, மார்க்கெட்டிங் நுட்பம் என்றுகூட வைத்துக் கொள்ளலாம்.

தன் இமேஜை ஒரே இரவில் உடைத்துப் போடும் அந்த தைரியம் இருக்கிறதே அதுதான் தேசிய விருதுகள் வாங்கிக் கொடுக்கிறது.

இந்த ஒன்றுதான் அக்ஷய் குமாரை சூப்பர் ஸ்டார் என்று விசிலடித்துக் கைத்தட்டி ரசிக்கத் தூண்டுகிறது.

இந்தச் சமூகத்தின் மேலுள்ள காதலினால் நடிகர்கள் இமேஜை உடைக்கும்போது அவர்களை உலகம் கொண்டாடுகிறது.

ஆனால் நம் மாநிலத்தைச் சார்ந்த சூப்பர் ஸ்டார், தல, தளபதி, அல்டிமேட், சுப்ரீம்கள் எல்லாம் கடைசிவரை ஒரே மாவை விதவிதமாக அரைத்துக்கொண்டு அதில் ஒரே தோசையை ஊற்றிக்கொண்டிருகிறார்கள். பெயர் மட்டும் வேறு வேறு.

நான்கு பஞ்ச் டயலாக், ஐந்து சண்டை, மூன்று இரட்டை அர்த்த வசனம், ஆறு பாடல்கள். அவ்வளவு போதும் இங்கே உலகத்தரம் என்றும் பட்டம் வாங்க. அவர்கள்தான் இங்கே உச்ச நட்சத்திரங்கள்.

ஒரே ஆக்ஷன் சப்ஜெக்ட்டை சர்பத் போல் விதவிதமான கலர் க்ளாஸ்களில் ஊற்றிவிட்டால் ஹாலிவுட் தர இயக்குனர் ஆகிவிடலாம்.

நம் மண்ணின் கதையை நாம் எடுக்காமல் புறக்கணித்து, அதை இந்திக்காரர்கள் கொண்டாடுவது வெட்கக்கேடு.

37

"அம்மம்மா காற்று வந்து ஆடை தொட்டுப் பாடும்"

பன்னிரண்டாம் படிக்கும்போது முதல் தடவையா வெண்ணிற ஆடை படம் பாத்தப்போ இந்தப் பாட்டு ரொம்ப பிடிச்சுப் போச்சு. அப்படியே ஜெயலலிதா ஓட *peach skin tone* அதோட அவங்களோட *peach* நிற ஆடை பாக்கவே ரொம்ப அழகா இருப்பாங்க. she was an epitome of Physical beauty.

இருவர் படத்துல அவங்க கதாபாத்திரத்துக்கு மணிரத்னம் ஐஸ்வர்யா ராயை *cast* பண்ணியிருந்த விதமும் ரொம்ப சரின்னு தோணுச்சு.

அதுக்கப்புறம் சூரியகாந்தி, எங்கிருந்தோ வந்தாள், சுமதி என் சுந்தரி போன்ற படங்கள் பாத்தப்போ 'she is a fine actress' அப்படினு தெரிஞ்சுது.

நான் ஸ்டெல்லா மாரிஸ் கல்லூரில படிச்சிட்டு இருந்தப்போ 2003ன்னு நெனைக்கிறேன்; நான் எப்போதும் போயஸ் கார்டன் போற வழியில இருக்க ஒரு பஸ் ஸ்டாப்ல தனியா உக்காந்து இருப்பேன். ஒரு முறை அவங்க வீட்டுக்குப் போற சமயம் அப்போ ஒருநாள் திரும்பிப் பாத்தாங்க. நான் ஹாய்னு சொல்லிக் கை ஆட்டினேன், அவங்களும் ஒரு *awesome* ஸ்மைலோட கை ஆட்டினாங்க. அப்பறம் ஒரு ரெண்டு மாசத்துக்கு இதுவே பழகிப் போச்சு. ஒவ்வொரு முறையும்

அவங்க சரியாய் நான் உக்காந்து இருக்க இடமா பாத்து friendlyயா ஹாய் சொல்லுவாங்க. அதுல ஒரு charm இருக்கும், அப்படியே நம்மள கட்டிப்போடும்.

அவங்க பர்சனல் lifeல சந்திச்ச தோல்விகள பத்திப் படிச்சப்ப எனக்கு அவங்க மேல ஒரு empathy வந்தது மறுக்க முடியாதது.

திமுகவிற்கு அவர் ஒரு தேர்ந்த political rivalஆக இருந்தார். அதற்கு மறுபேச்சு கிடையாது.

அவர் அம்முவாக இருந்தவரை எல்லாமே நன்றாக இருந்தது தமிழ்நாட்டிற்கு.

ஆனால் ஒரு மாநிலத்தின் நிர்வாகியாக அவர் செய்த செயல்களை என்னால் ஒருபோதும் அங்கீகரிக்க முடியாது.

1991இலிருந்து 2016வரை அவரைச் சுயமாய் செயல்படுத்த விடாமல் செய்தது அவரோட சேர்த்துக்கொண்ட கும்பல் என்பது தெரியாதவர்களுக்குக்கூட நேற்று விளங்கி இருக்கும்.

இனிமேல் அதிமுகவின் நிலை என்ன, தமிழகத்தின் நிலை என்ன என்று கேள்வி கேட்கும் பலருக்குச் சொல்லிக் கொள்வது ஒன்றுதான். இதுவரையிலும்கூட இதுதான் நடந்து கொண்டிருந்தது. இதுவரையில் இவருடைய முகத்திற்குப் பின்னால் இவர்கள்தான் செயல்பட்டுக்கொண்டிருந்தார்கள். இப்போது திரை விலகியிருக்கிறது. அவ்வளவே.

தனக்குக் கிடைத்த அன்பிற்காகவும் தோழமைக்காகவும் இந்த மாநிலத்தை இவ்வளவு வருடங்களாக அவர்களுக்குத் தாரைவார்த்துக் கொடுத்தது எவ்வகை நியாயம்?

குடும்ப அரசியல் என்று சொல்லியே எதிர்க்கட்சியைத் தாக்கிவிட்டு இப்படி யாரோ ஒருவரின் குடும்பத்திற்காக இப்படி நாட்டை அடகு வைக்கலாமா?

மக்களுக்காக நான் மக்களுக்காகவே நான் என்றவர் அந்த மக்களை எப்படிப்பட்ட ஒரு அரசியல் வாரிசிடம் ஒப்படைத்துவிட்டுச் சென்றிருக்க வேண்டும்? அது நடந்ததா?

நிபந்தனைகளற்ற அன்பு கிடைக்கவில்லை என்று புலம்பியவருக்குத் தெரிந்திருக்க வாய்ப்பு இல்லை, அந்த அன்பு அவருக்கு வாழ்வில் கிடைத்தது என்று.

அவர்மேல் எவ்வளவு வழக்குகள் இருந்தபோதும், அவர் திரும்பத் திரும்பக் கைவிட்டபோதும் அதைக் கண்டும் காணாமல், கேட்டும் கேட்காமல் அவரை மீண்டும் மீண்டும்

ஆட்சியில் ஓட்டுப் போட்டு உட்காரவைத்தார்களே அந்த அடித்தட்டு மக்கள். அதுதான் நிபந்தனைகளற்ற அன்பு.

கடந்த டிசம்பர் மாதம் வெள்ளத்தில் அழிந்த வீட்டைச் சுத்தம் செய்த கையோடு அவரை ஆசையோடு காண போயஸ் தோட்டத்து பிளாட்பாரத்தில் காத்துக் கிடந்தானே கடைநிலைத் தொண்டன்... அது நிபந்தனைகளற்ற அன்பு.

இத ஏன் நான் இப்ப சொல்லணும், அப்படினு கண்டிப்பா கேள்வி வரும்.

ஒரே விஷயம்தான்.

மோசமான ஆட்சியாளர்கள் மறைந்த தறுவாயில் அவரைப் பற்றி எதுவும் சொல்லமால் இருந்துவிடலாம். ஆனால் அப்படி இல்லாமல் அவர் செய்யாத செயல்களையும் அவரிடம் இல்லாத பண்புகளையும் இரங்கல் என்கிற பேரில் சித்தரிப்பது தவறான முன்னுதாரணம்.

இனிமேல் தவறு செய்பவர்களுக்கு நம்மைப் பார்த்தால் பயம் இல்லாமல் போய் விடும் என்பதே நிஜம். நாம என்ன கெடுதல் பண்ணாலும் செத்தா எல்லாத்தையும் மறந்துடுவாங்க, சரித்திரமே மாறிடும் அப்படிங்கிற ஒரு மனப்பான்மை உருவாயிடும்.

இது மக்களாகிய நாமே நமக்குச் செய்துகொள்ளும் துரோகம் அன்றி வேறு என்ன?

மக்கள் விரோத ஆட்சி செய்தவர்கள் அழகாக இருக்கலாம். ஒரு நாட்டின் மக்களை அப்படியே வசீகரித்திருக்கலாம், துணிச்சல்காரர்களாய் இருக்கலாம். அவர்கள் நண்பர்களுக்கு உண்மையாய் இருந்திருக்கலாம். நன்கு படித்திருக்கலாம். தங்களுக்கு வேண்டியவரிடம் வாஞ்சையோடு பழகுபவராய் இருக்கலாம்.

எப்படி இருந்தாலும் கடமையென்று வந்தபோது அதைப் புறக்கணித்துச் செய்த துரோகங்களும் உதாசீனங்களும் மாறி விடாது. மக்கள் அதையெல்லாம் மறக்கவும் கூடாது.

38

Nehru - The Charming Anti - National

நேரு பெண் பித்தர், நேரு சிகரெட் பிடிப்பார், நேரு வசதியான வாழ்க்கை வாழ்ந்தவர், நேரு பிரிட்டிஷ்காரனின் கைக்கூலி.

இப்போது இருக்கும் இளம்வயதினரிடையே நேருவைப் பற்றிக் காணப்படும், விவாதிக்கப்படும் கருத்துக்கள் இவை.

இணையதளங்களிலும் இதைப் பற்றிய கதைகளும் படங்களும் நிரம்பிக் கிடக்கின்றன.

அப்படியே இன்னொரு பக்கம் பார்த்தால், நேருவுக்கு ரோஜாப்பூ பிடிக்கும், நேருவுக்குக் குழந்தைகள் பிடிக்கும் என்று இன்னொரு தரப்பு அவரைப் பற்றிக் கதைகள் பேசிக் கொண்டிருக்கின்றன.

வரலாற்றைப் படிப்பது எவ்வளவு முக்கியம் என்பது இங்கு நிரூபணம் ஆகிறது. நான் இங்கு குறிப்பிடுவது பள்ளிக்கூடங்களில் கற்பிக்கப்படும் வரலாறு இல்லை.

அல்லது சு. சாமியால் புனையப்பட்ட அரை வேக்காட்டுக் கதைகளும் அல்ல.

நேரு யார்?

தேசபக்தர்களால் நேருவைப் பற்றி வைக்கப் படும் வாதங்களில் சில இங்கே.

'நாடு முன்னேறாததற்குக் காரணம் நேரு.'

இந்தியா சுதந்திரம் அடைந்திருந்த தருணம் அப்படி ஒன்றும் பொற்காலம் அல்ல. ஆங்கிலேயர்கள் ஏற்கெனவே இந்தியாவை மொத்தமாகச் சுரண்டியிருந்தார்கள். அவர்கள் வெளியேறிய முக்கியக் காரணங்களில் அதுவும் ஒன்று.

நாடு மிக மோசமான வறுமை நிலையில் இருந்தது.

பஞ்சம், பசி தலை விரித்தாடிக்கொண்டிருந்தது.

வெறும் 10 சதவிகிதம் மக்களே படிப்பறிவு பெற்றிருந்தனர்.

அப்படி இருந்த நாட்டைப் பொருளாதாரரீதியாகவும், தொழில்ரீதியாகவும், சமூகரீதியாகவும் நல்ல நிலைமைக்குக் கொண்டுவர நேருவால் மட்டுமே முடிந்தது.

கல்வி அறிவு பெற்ற, வளமான இந்தியாவை உருவாக்க எண்ணம் கொண்டிருந்தார் நேரு.

'படேல் நேருவைவிடச் சிறந்த பிரதமராக இருந்திருப்பார்' – மோடி

காந்தியின் படுகொலைக்கு முன்புவரை ஆர்.எஸ்.எஸ்.இன் ஆதரவாளராக இருந்தவர் அப்படியே பிரதமர் ஆகி இருந்தாலும் ஒன்றும் செய்து இருக்க முடியாது. 1950ஆம் ஆண்டு படேல் இறந்தார்

நேருவால் மட்டுமே ஒரு மதசார்பாற்ற ஜனநாயக நாடாக இந்தியாவை நிலை நிறுத்த முடிந்தது.

'நேரு இந்து துரோகி.'

சங்கிகள் விருப்பப்படி இந்தியா ஒரு இந்து தேசமாக மாறுவது நேரு இருக்கும்வரை சாத்தியமில்லாமல் போனது உண்மைதான்.

அதேபோல் அம்பேத்கருடன் சேர்ந்து பொது சிவில் சட்டத்தைக் கொண்டுவராமல், இந்துப் பொது சட்டத்தில் மாற்றங்கள் கொண்டுவந்தால் கோபம் வராதா என்ன?

காஷ்மீரி பண்டிட் ஆக இருந்துகொண்டு சிறுபான்மையினரின் வாழ்க்கை முறையைக் கடைப்பிடித்த agnostic தேசத் துரோகி அவர்.

'நேரு ஒழுக்கமற்றவர்.'

ஒருவரை வாதத்தால் வெல்ல முடியாமல் போனால் நாம் கையிலெடுக்கும் மிகப் பெரிய ஆயுதம் 'Character Assassination.'

யாரும் முழுமையானவர்கள் அல்ல, காந்தி உள்பட.

எனக்குத் தெரிந்து நேரு தன் அந்தரங்க வாழ்க்கையைச் சிரமப்பட்டு மூடி வைத்ததாகத் தோன்றவில்லை. அப்போது வாழ்ந்த இந்தியப் பிரஜைகளுக்கு நாடு இருந்த நிலைமையில் அதைப் பற்றிக் கவலைப்பட நேரம் இருந்ததாகத் தெரியவில்லை.

'இந்தியா – சீனா போர்.'

ஆமாம், நேரு அந்த விஷயத்தைக் கையாண்ட விதம் தவறுதான். சீனாவை நம்பி இருக்கக் கூடாது. ஆனால் அமைதியை விரும்பிய நேரு இதைவிட வேறு என்ன முடிவெடுத்திருக்க முடியும்?

சரி, நேருவின் *approach* தப்புதான்னு வச்சிப்போம்.

ஆனால் இதுவரையிலும் இந்தியா–சீனா இடையே உள்ள பதற்றத்தை வேறு யாராலும் முடிவுக்குக் கொண்டுவர முடிந்ததா?

*walter crocker*இன் நேருவைப் பற்றிய புத்தகத்திலிருந்து ஒரு விஷயம் தெளிவாகிறது. பரவலாகக் கருதப்படுவது போல் நேருவிற்குக் குழந்தைகள்மேல் அப்படி ஒன்றும் தனிப்பிரியம் இருந்ததாகத் தெரியவில்லை, அதற்கான நேரமும் அவருக்கு இல்லை.

ஆனால் சுதந்திரத்திற்குப் பின்பு இந்தியாவில் பிறந்த குழந்தைகளுக்கெல்லாம் நல்லதொரு இந்தியாவை உருவாக்கி வைத்திருந்தவர் நேரு.

அவரின் பிறந்த நாளைக் குழந்தைகள் தினமாகக் கொண்டாடுவது எப்படிப் பார்த்தாலும் சரிதான்.

39

நிறம் மாறிய பறவைகள்

மற்ற நாடுகளைக் காட்டிலும் இந்தியாவில் திருநங்கைகளின் நிலைமை மிக மோசமானதாகவே உள்ளது.

2014ஆம் ஆண்டிலிருந்து நான் மூன்றாம் பாலினத்தவரோடு இணைந்திருக்கிறேன். இந்த இரண்டு ஆண்டுகளில் நான் அன்று கண்ட நிலை மாறி இருக்கிறதா என்றால் இல்லை என்பதே உண்மை.

உளவியல், உடல், சமூகரீதியாகப் பெரும் துன்பங்களுக்கு ஆளாகும் அவர்களுக்கு ஒரு துளி இரக்கம்கூடக் காட்டப்படாமல் மறுக்கப்படுவது கொடுமையிலும் கொடுமை.

என்னைச் சுற்றி உள்ளவர்களிடம் நான் திருநங்கைகளுடன் பணியாற்றுவதைப் பற்றிப் பேசும்போதெல்லாம் முகச் சுளிப்பே அதிகம் காணப்படுகிறது.

"ஏன் மிரட்டி காச பிடுங்குறாங்க", "போய் அந்த அந்த ஏரியால பாருங்க, அவ்ளோ அசிங்கம் பண்றாங்க" இப்படி எதிர்க் கேள்விகளும், விமர்சனமும் அதிகம் எழும்.

இப்படிக் கேக்குறவங்க மூளையைக் கழட்டி எங்க வச்சிருப்பாங்கன்னு யோசிக்கத் தோணுது.

இரக்கம் காட்ட வேண்டிய ஒருவரிடம் ஒரு சமுதாயமே வெறுப்பை அள்ளிக் கொட்டும்போது அவர்கள் தேவையைத் தீர்க்க வேறு என்ன வழிகள் அவர்களுக்குத் தோன்றிவிட முடியும்?

செய்யாத தவறுக்காகக் குடும்பமும் சுற்றமும் தன்னை ஒதுக்கி வைத்துத் தண்டிக்கும்போது சமுதாயத்திடம் கெஞ்சிக் கேட்டுப் பெற முடியாததை மிரட்டிக் கேட்பது என்றாகிவிடுகிறது.

இந்தச் சின்ன உளவியல்கூடப் புரியாமல் இதுபோன்ற வாதங்களை வைப்பவர்களை என்ன சொல்வது.

மூன்றாம் பாலினத்தவரின் முதல் தேவையெல்லாம் சமூகத்தில் அவர்களை உள்ளடக்குவதே.

அவர்களின் பாலின அடையாளத்தை அவர்களைச் சுற்றி உள்ளவர்கள் ஏற்றுக்கொள்வதே இதனின் முதல்படி.

அவர்கள் பெண்ணாக அறியப்பட விரும்பினால் அவர்களை அவ்வாறு நடத்துவது இந்தச் சமுதாயத்தின் பொறுப்பு. அதுவே நாகரிகத்தின் அடையாளம்.

அதை விட்டுவிட்டு அவர்களை அசிங்கமாகச் சித்தரிப்பது, இழிவான பெயர்கள் வைத்துக் கூப்பிடுவது இதெல்லாம் நம்மை நாமே இழிவுபடுத்திக்கொள்ளும் செயல்.

Transgenders Rights association என்று திருநங்கைகளால் திருநங்கைகளுக்காக நடத்தப்படும் ஒரு அமைப்பு இருக்கு.

அவர்களுக்கு சட்டரீதியாகவும் வாழ்வியல்ரீதியாகவும் எழும் பிரச்சினைகளுக்குத் தீர்வுகாண்பதே இந்த அமைப்பின் நோக்கம்.

நான் இவர்களை நாடிச் சென்றதெல்லாம் இவர்களுக்கு உதவி செய்ய. ஆனால் சிறிதும் எதிர்பார்க்காத விதமாய் அமைந்தது என்னுடைய கதையை நான் பகிர்ந்துகொண்டபோது அவர்கள் எனக்கு ஆறுதலாய் மாறியது.

இளம் பருவத்தில் வீட்டில் இருந்து துரத்தப்பட்டு, வெளியே வந்து, பசி, பட்டினி, அவமானம் இவற்றுக்கு நடுவே எப்படி எப்படியோ போராடி, வாழ்வின் இறுதியைத் தேடிக்கொள்ளாமல் எப்படியும் வாழ்ந்தே தீருவோம் என்கிற அவர்கள் மனோதைரியம் உங்களுக்கும் எனக்கும் எளிதில் வந்துவிடாது.

இன்னொரு முக்கியமான விஷயம், எவ்ளோ கஷ்டம் வந்தாலும் அவங்கள அவங்க *presentable* ஆ வச்சிக்கறது. அவர்கள் உடலை அவர்கள் நேசிக்கிறார்கள்.

நான் பழகிக்கொள்ளாத நளினத்தை அவர்களிடமிருந்து கற்றேன் என்று சொன்னால் மிகையாகாது.

இவர்களில் பலர் பட்டப்படிப்பு முடித்தவர்கள் என்கிற விஷயம்கூட வெளியிலிருந்து கல்லடிக்கும் பத்தாம் கிளாஸ்களுக்குத் தெரியாது.

முக்கியமான விஷயம் என்னவென்றால் மனித உரிமைகள், பகுத்தறிவு பேசும் மனிதர்கள்கூட மூன்றாம் பாலினத்தவர்களின் பிரச்சினையைக் கண்டும் காணாமல் இருப்பதுதான்.

நம்மோடு வாழும் சக மனிதர்களின் வேதனையைப் புரிந்து கொள்ளாமல், அவர்களின் சுயத்தின் மதிப்பை இழக்கச் செய்து கலாச்சாரம், பண்பு, தமிழர், வீரர் என்று பினாத்தித் திரியும் எவரும் காட்டுமிராண்டிகளே.

The English dictionary defines "compassion" as a deep awareness of the suffering of another coupled with the wish to relieve it, but I personally feel that it is more than that. For me, compassion is the act of relieving suffering, especially in situations where acts of compassion are restricted or limited. It takes great strength to be compassionate in the areas where society does not approve of your actions

கருணை பயில்வோம்.

40

ஏவாளாகிய நான். . .

ஆப்பிள் துண்டைக் கையில் ஏந்தியபடி ஆதாம் ஏவாள் போல் நாம் பாவம் செய்துவிடப் போகிறோம் என்றான்.

ஆதாம் ஏவாள் உண்மையல்ல என்றேன் நான்.

கடவுள் நம்பிக்கையில்லாத பெண்ணா என்றான்.

இயற்கையே கடவுள், மனிதமே மதம், பரிணாம வளர்ச்சியே மத தத்துவமென்றுரைத்தேன்.

சரி, மறுபடி சந்திப்போம் என்றான் விடை பெறுகையில்.

மறுநாள் குறுஞ்செய்தி அனுப்பினான்; "அழகாய் இருக்கிறாய், நல்ல உள்ளம் உன்னுடையது ஆனால் குடும்பத்திற்கு ஏற்ற பெண்ணல்ல. *Sorry.*"

ஏவாள்கள் வாழ்க்கை இப்படித்தான் இருக்கிறது.

ஆதாமைப் போன்ற மூடர்களிடமிருந்து அவள் தனித்து விளங்கக் கடவுளே அரங்கேற்றியதுதான் அந்த ஈடன் தோட்டத்து சர்ப்ப நாடகம்.

பழத்தை உண்ணும் முன்னமே நன்மை தீமையை அறிந்திருந்தாள் ஏவாள். இல்லையேல் கடவுளே போல் ஆக முடியும் என்று சர்ப்பம் தூண்டியபோது ஏன் அதன் பேச்சைக் கேட்டிருக்க வேண்டும்?

அந்தத் தைரியத்திற்கும் ஞானத்திற்கும் பரிசாய்க் கடவுளே கொடுத்ததுதானே அந்தத் தாய்மையின் வலி என்னும் விஷயம்.

வலி என்பதே இன்பத்தை அடையாளம் காட்டத்தானே.

கடவுள் ஏவாளை ஆசீர்வதித்தான். மனிதனோ ஏவாளைத் தண்டிக்கத் தொடங்கியிருந்தான்.

தாய்மையை உணர முடியாத அவன் அவள்மேல் பொறாமை கொள்கிறான், ஏவாளை முதல் பாவி என்கிறான்.

பெரும்பாலும் ஏவாள்கள் அதிகம் பேசுபவர்களாய் இருக்கிறார்கள். அவர்களின் ஞானச் சுடர் எப்போதும் திமிர் என்றே தவறாக அடையாளம் காணப்படுகிறது.

ஏவாள்கள் துணிச்சல்காரிகள். பயம்கொள்வதில்லை.

ஆனால் வெட்கம் கெட்டவர்கள் என்று ஒதுக்கி வைக்கப் படுகிறார்கள்.

பொதுவாக ஏவாள்கள் அன்போடு சேர்த்து அறிவையும் பகிர்ந்துகொள்ளத் துடிக்கிறார்கள். பதிலுக்கு அவர்களை ஊமையாக்கவே ஆதாம்கள் விழைகிறார்கள்.

தங்கள் உடலின் வடிவத்தை நேசிக்க ஏவாள்களுக்குத் தெரிந்திருக்கிறது. அதை அழகுபடுத்திப் படைத்தவனைப் பாராட்டுகிறார்கள். மாறாக, அவர்களுக்கு வேசிப் பட்டமே மிஞ்சுகிறது.

இவ்வளவு நடந்தும் ஏவாள்கள் எண்ணிக்கையை அதிகரித்துக்கொண்டேதான் இருந்தான் கடவுள். அவனுக்குத் தெரிந்திருந்தது ஏவாள்கள்தான் உலகின் சுவாரஸ்யம் என்று, ஏவாள்கள்தான் உலகின் ஜீவநாடி என்று.

ஏவாள்கள் சிரித்துக்கொண்டிருந்தார்கள்.

ஏவாள்கள் நிரந்தரமாய்க் கடவுளின் மடியில் விளையாடும் செல்லக் குழந்தைகள்.

41

கல்லறைத் திருநாள்

தாத்தாவின் கல்லறையில் சிறுகுழிதோண்டி மதுவை ஊற்றிக்கொண்டிருந்த பாட்டிக்கு மரண பயமே இல்லை, மறுவாழ்வில் நம்பிக்கை இருந்தது அவளுக்கு.

ஜானின் கல்லறையின் முன் கண்ணீரோடு சொல்ல மறந்த காதலைச் சொல்லிக்கொண்டிருந் தாள் மேரி. இன்று அவள் கொஞ்சம் நிம்மதியாய் உறங்குவாள்.

ரோஸி ஆன்ட்டியின் கல்லறையின்மேல் உட்க்கார்ந்து அவளுக்குப் படைத்த பிரியாணியைப் பங்குபோட்டுச் சாப்பிட்ட குடும்பத்திற்கு, அவளுக்குச் செய்த துரோகங்களுக்குப் பாவ விமோசனம் கிடைத்துக் கொண்டிருந்தது.

தன் தம்பி பீட்டரின் கல்லறையைத் திரும்பிக் கூடப் பார்க்காமல் நடந்தபோது சொத்து விஷயத்தில் ஏமாற்றிய அவனை அவமானப் படுத்திவிட்டாள் மேரி அக்கா.

கொண்டுவந்த நான்கு ஆப்பிள்களில் ஒன்றை மட்டும் வைத்து ஜெபம் செய்துவிட்டுக் கல்லறைக்குள் அடங்கியிருக்கும் மாமியாரை வெறுப்பேற்றிக்கொண்டிருந்தாள் இஸபெல்லா.

தன் நண்பன் டேவிட்டின் கல்லறையின்மீது மிகப்பெரிய மலர் வளையத்தை வைத்து அவனுக்குப் பாக்கிவைத்த அந்த லட்ச ரூபாய்க் கடனை அடைத்துக்கொண்டிருந்தான் ஆரோக்கியராஜ்.

உதிரிப்பூக்களுக்குகூட ஒரு நாள் டிமாண்ட் இருப்பதை எண்ணி சந்தோஷப்பட்டுக் கொண்டிருந்தாள் பூக்காரச் சிறுமி.

சுற்றி நடக்கும் கேளிக்கைகளில் கலந்துகொள்ளவே இல்லை கல்லறைகள்.

எனக்குத் தெரிந்தவரை கல்லறைத் திருவிழாக்கள் எல்லாம் இன்னும் மரணிக்காதவர்களின் திருவிழாக்கள்தான்.

42

நான் வைரங்கள் அணிவதில்லை

சிறு வயதில் அதிகம் பணமில்லாமல் இருந்த போது வைரங்கள்மேல் அதீத ஆசை இருந்தது. பொருளாதாரம் சரியாகி வைரங்கள் வாங்கும் தறுவாயில் ஒரு படம் பார்க்க நேர்ந்தது. ஒரே படம்தான். மொத்த வைரக் கனவும் க்ளோஸ்.

படத்தின் பெயர் ப்ளட் டைமண்ட் (ரத்த வைரம்). டிகாப்ரியோ நடித்த படம். என் வாழ்வில் என்னைப் பாதித்த முக்கியமான படங்களில் முதன்மையானது. நாம் தினந்தோறும் வாழ்வில் அணியும் வைரங்கள் எங்கிருந்து வருகின்றன, அந்த வைரத்தை யார் எடுக்கிறார்கள், எவர் மூலம் எடுக்கிறார்கள், எப்படி எடுக்கிறார்கள், இப்படியெல்லாம் செய்வதினால் யார் எப்படி பாதிக்கப்படுகிறார்கள் என்பதையெல்லாம் காட்டி வைர ஏற்றுமதியை அக்குவேறு ஆணிவேராக உலகத்திற்கு முதன்முதலில் எடுத்துச் சொன்ன திரைப்படம் அது.

வைர தோடு வைர மூக்குத்தி என்று நாம் சிலாகித்துப் பேசி, அலட்டிக்கொண்டு, உடம்பில் பகட்டாய் அணிந்துகொண்டு சுற்றுகிறோமே, அந்த வைரங்களில் மனிதர்களின் ரத்தம் தோய்ந்திருப்பதைக் காட்டிக் கொடுத்த படம் அது.

உலகின் பல இடங்களிலிருந்து வைரங்கள் எடுக்கப்படுகின்றன. ஆனால் பெரும்பாலான இடங்களில் அந்த வைரங்களுக்காக மனித உரிமை மீறல்களை, உள்நாட்டு யுத்தங்களை,

அடக்குமுறையை, பாலியல் வன்முறையை, உயிரிழப்புகளைப் பெரிய வைர கம்பெனிகள் தங்கள் சுயநலத்திற்காக நிகழ்த்து கின்றன. குழந்தைத் தொழிலாளர்களை இந்தத் தொழிலில் ஈடுபடுத்துகின்றன.

ஒவ்வொரு வைரக்கல்லுக்குப் பின்னாலும் ஒரு கதை இருக்கிறது என்று அந்தப் படம் எனக்கு உணர்த்தியது. அன்றி லிருந்து நான் வைரம் வாங்கும் ஆசையை விட்டுட்டேன். அன்பளிப்பாய் வந்த வைரங்களையும் திருப்பிக் கொடுத்து விட்டேன்.

ஆனால் இந்தப் படம் இதை மட்டும் செய்யவில்லை. இந்தப் படத்திற்குப் பின்னால் *Fair Trade* (நியாய வர்த்தகம்) எனப்படும் எனும் சமுக அமைப்பைப் பற்றியும் தெரிந்து கொண்டேன்.

இந்த அமைப்பின் நோக்கம் ஒன்றுதான். வளரும் நாடுகளில் எங்கெல்லாம் ஏதாவது முக்கிய இயற்கைப் பொருள் உற்பத்தி செய்யப்படுகிறதோ அந்த உற்பத்திமுறை நியாயமாக இருக்க வேண்டும். தொழிலாளர்களுக்குச் சரியான சம்பளம், அவர்களுக்கு இருக்க இடம், அவர்களின் குழந்தைகளுக்கு இலவசக் கல்வி, மின்சாரம், சரியான வேலை நேரம், குழந்தைத் தொழிலாளர்கள் இல்லாமை, சரியான இலவச மருத்துவ வசதி, மனித உரிமைகளை மீறாமை, பூர்வகுடி நிலங்கள் அவர்கள் உபயோகத்திற்கு இருக்க வேண்டும் போன்ற உத்தரவாதங் களைப் பெரிய நிறுவனங்கள் கொடுத்து அவற்றைச் செயல்படுத்தினால் அது *"fair trade"*.

இன்று நாம் குடிக்கும் காப்பியிலிருந்து, சாக்லேட், தாவர எண்ணெய்கள், வாசனைத் திரவியங்கள் என்று *"Fair Trade"*ன்கீழ் வரும் பொருட்களின் எண்ணிக்கையும் நாளுக்கு நாள் அதிகரித்துக்கொண்டிருக்கிறது.

சரி, இந்த விஷயத்தை நான் ஏன் சொல்ல வேண்டும்?

மேற்குத் தொடர்ச்சிமலை படம் என்னென்னமோ கருத்து சொல்கிறது என்று சொல்கிறார்கள். ஆனால் எனக்கு அந்தப் படம் பார்க்க ஆரம்பித்ததும் *"Fair Trade"* விஷயம்தான் வேக வேகமாக மூளையைத் தட்டியது.

ஏலக்காய் இவ்வளவு விலை விற்கிறது என்று புலம்பு கிறோமே தவிர, என்றைக்காவது அது எங்கிருந்து வருகிறது, அதை நமக்குக் கொண்டு சேர்க்க ஒரு விளிம்பு நிலைத் தொழிலாளி மனிதன் எவ்வளவு கஷ்டப்படுகிறார், அவ்ர் வாழ்க்கைத்தரம் எப்படி இருக்கிறது என்று யோசித்திருக்கிறோமா?

சார், வைரம் மாதிரி இல்ல சார் ஏலக்கா. பாக்க ஒரு மாதிரி காஞ்சு போய் இருக்கும். ஆனா வாசனை பட்டய கிளப்பும் சார்.

பணக்காரங்க வீட்ல ஜாடில இருக்கும். ஏழ வீட்ல ஒரு சின்ன கவர்ல நாலு லவங்கம், ரெண்டு பட்டையோட ஒரு பேப்பர்ல மடிச்சு இருக்கும் சார். ஆனா ஏலக்கா எல்லோர் வீட்லயும் இருக்கும் சார். சாப்பிட்டுத் தூக்கிப் போடுற விஷயம், ஆனா வாசனை மட்டும் போகாது.

மேற்குத் தொடர்ச்சி மலையும் அப்படித்தான் இருக்கிறது. அது அழகில்லாத, கவர்ச்சி இல்லாத ஏலக்காய்போல. ஆனா வாசனை இருக்கு. அதை மறுக்க முடியாது இல்ல?

எனக்குப் படம் பிடிச்சுது.

எனக்கு மேற்குத் தொடர்ச்சி மலைய பத்தி ஒண்ணும் தெரியாது. இந்தப் படம் அந்த மக்களை அப்படியே காட்டுதுன்னு அங்க இருந்து வந்த மக்கள் சொன்னாங்க. இதுதான் அந்த மக்கள், இதுதான் அவங்க வாழ்வியல்னா செம்ம சார்.

சார், நான் மெட்ராஸ் பொண்ணு. பூர்வகுடி. ஆனா எங்க விளிம்புநிலை மனிதர்களோட வாழ்க்கைக்கும் இதுக்கும் பெரிய வித்தியாசம் இல்ல.

கூலிக்கு வேல. மாடு மாதிரி உழைப்பான். அவனுக்குனு சொந்தமா நிலம் இல்ல. இந்தப் படத்து ஹீரோ மலையில ஏறி எறங்குற மாதிரிதான் எங்க ஊர் பசங்க சாக்கடைக்குள்ள உயிரைப் பணயம் வச்சி ஏறி எறங்குவாங்க.

உங்க ஹீரோவும் பூர்வகுடிதான், அங்க.

சார், இது தலித் படம்தானே?

எனக்கு அப்படித்தான் தோணுச்சு. வர்க்கமும் சாதியும் ஒண்ணா பயணிக்குது. மேற்குத் தொடர்ச்சி மலையில தோட்டத் தொழிலாளி பெரும்பாலும் ஒடுக்கப்பட்டவர்கள்தானாம். என்னோட இணையர் சொன்னாரு. அவங்க அம்மாகூட ஒரு காலத்துல தோட்டத் தொழிலாளிதான். ஆனா அந்த விஷயத்தைக் கொஞ்சம் தெளிவா சொல்லி இருக்கலாம். வெறும் காசு மட்டுமே இங்க பிரச்சினை இல்லையே சார். சாதிதானே தலைமுறைகளா தொடரும் ஏழ்மைக்குக் காரணம்.

இது ஒண்ணுதான். மத்தபடி படம் அருமை. குறிப்பா சொல்லணும்னா அது பேசுற நிலம் சார்ந்த அரசியல்.

நிலம் சார்ந்த அரசியலை எங்க வேணும்னாலும் பேசலாம். ஆனா அதை மேற்குத் தொடர்ச்சி மலையின் பின்னணியில் சொன்னதுதான் முக்கியம்.

ஒரு நிலத்திற்கும் அதன் மனிதருக்கும் உள்ள தொடர்பை, நெருக்கத்தைக் காட்ட வேண்டுமென்றால் அந்த நிலத்தை அவர்கள் எப்படி உபயோகிக்கிறார்கள், அந்த நிலத்தை அவர்கள் எப்படி லாவகமாகக் கையாளுகிறார்கள், அந்த நிலத்தின் மூலை முடுக்கை அவர்கள் எப்படி அங்கலம் அங்குலமாகத் தெரிந்துவைத்திருக்கிறார்கள், அந்த நிலம் அவர்களோடு எப்படி வாழ்கிறது, அவர்களை எப்படிக் கவனித்துக்கொள்கிறது போன்ற விஷயங்களைக் காட்சிப்படுத்த வேண்டும். அந்தக் கோணத்தைப் பொறுத்தவரை நிலம் தொடர்பாக நான் பார்த்த படங்களிலேயே நிலத்திற்கும் மனிதனுக்குமான பந்தத்தை மிக மிக அருமையாகச் சொன்ன படம் மேற்குத் தொடர்ச்சி மலை.

ஒரே ஒரு காட்சி போதும்.

ஏலக்காய் மூட்டையைக் கட்டிக்கொண்டு ஆறு பேர் மலைவழி நடக்கிறார்கள். அந்தக் கூட்டத்தில் பெரியவர் பேசிக்கொண்டே நடக்கிறார். அவர் கூடவே அந்த கேமரா மேலும் கீழும், மேலும் கீழும் அப்படியே போகிறது. அதுதான் அந்தப் படத்தின் உச்சக்கட்டம்.

செட்டு போட்டா மட்டும் போதாது சார். செட்ட யூஸ் பண்ணனும். மேற்குத் தொடர்ச்சிமலை அப்படிங்கிற இயற்கையான செட்டை டைரக்டர் முழுமையாக உபயோகப் படுத்தி இருக்கிறார்.

அவர் மட்டுமா?

தேனீ ஈஸ்வர். யார் சார் இவரு?... ப்பா!

ரோமுக்குக் கெடச்ச மைக்கேல் ஏஞ்சலோபோல தமிழ் சினிமாவுக்கு இவர் கெடச்சு இருக்காரு. அசத்தல்.

ஹீரோ சொன்னதை செஞ்சு இருக்காரு. ஆனா வலிக்கு ஓவர் ஆக்டிங் பண்ண வேணாம்; இயல்பான முகத்துலகூடச் சோகத்தையும், ஏமாற்றத்தையும் அசால்ட்டா காட்டலாம்னு ப்ரூவ் பண்ணிட்டாரு சார்.

இளையராஜா பாடியிருக்க வேண்டாம். ஏற்கெனவே எங்கேயோ கேட்ட பீல் வந்துடுச்சு. இதே மலைச் சூழல், இளையராஜா குரல். டக்குன்னு ஏற்கெனவே பாத்த படத்தை ஞாபகப்படுத்திடுது.

சிறு சிறு பிரச்சினைகளைக் கண்டுகொள்ளாமல் விட்டு விட்டால் இந்தப் படம் மிக அருமை.

தமிழ் இயக்குநர்கள் கதை சொல்லும் களங்களை மாற்ற வேண்டிய அவசியத்தை இந்தப் படம் அழுத்திச் சொல்கிறது.

தமிழ் சினிமா எனும் மூட்டையைத் தன் தோள்களின் மேல் ஏற்றித் தரையிலிருந்து மலை உச்சிக்குத் தூக்கிச் சென்றிருக்கிறார் இயக்குநர் லெனின் பாரதி. வாழ்த்துக்கள்.

சொல்ல வந்த கருத்தை நேர்மையாகச் சொல்வது, மண்ணின் நடிகர்களைக் கையாண்ட விதம், நாடகத்தனம் இல்லாமை போன்ற விஷயங்கள் இந்தப் படத்தை "Fair Trade" படமாக ஆக்கி இருக்கின்றன. இது ஒரு நியாய வர்த்தகப் படம்.

43

சிங்காரச் சென்னையும் நவீன இனஅழிப்பும்..!

வீடு

ஏதோ சில காரணங்களுக்காக நான் சென்னையில் இப்போது இருக்கும் வீட்டிலிருந்து வேறு வீட்டிற்கு மாறிச் செல்ல வேண்டிய சூழ்நிலை. இப்போது இருக்கும் இந்தப் புரசைவாக்கத்து வீட்டை விட்டுப் போக வேண்டும் என்று கேள்விப் பட்ட மூன்று மாத காலமாகச் சரியான உறக்கம் இல்லை, உணவை ருசிக்க முடியவில்லை, எழுத்து வசப்படவில்லை. இன்னும் சொல்லப்போனால் முழுமனதாக அங்கே காதலும் கொள்ள முடிய வில்லை.

வீடு என்பது வெறும் கற்களால் ஆனது கிடையாது. உணர்வுள்ளவர்களுக்கு அது ரத்தத்தினாலும் நரம்புகளாலும் பின்னிப் பின்னி இழைத்துக் கட்டப்பட்ட உணர்ச்சிக் கூடு.

இந்த வீடு என்னோடு சிரித்திருக்கிறது, என்னோடு அழுதிருக்கிறது, தூக்க மாத்திரைகள் அள்ளி வாயில் திணித்த அன்று இந்த வீடு ஓலமிட்டு மற்றவர்களைத் தூக்கத்தில் இருந்து எழுப்பியிருக்கிறது. வீடு அஃறிணை அல்ல.

வீட்டைப் பிரிவது ஒரு மனிதனைப் பிரிவது போல அல்ல. அது நம் உடலின் ஒரு பகுதியை அறுத்து வீசிவிட்டு நடப்பதுபோல.

மூன்று மாதங்கள் மனத்தை ஆறுதல்படுத்திக்கொண்டு இந்தப் பிரிவைத் தாங்கும் மனநிலையை ஏற்படுத்திக் கொண்டாலும் ஆறாத் துயர் மனதில் குடியேறுகிறது.

இந்த நகரமும் ஒரு வீடுதான்

நானும் இணையரும் கடந்த ஒன்றரை வருட காலமாக இரவு பத்து மணிக்குக் கடற்கரைக்குச் செல்லும் வழக்கத்தை வைத்திருக்கிறோம். காலையிலிருந்து வீட்டு வேலைகளைப் பரபரப்பாகச் செய்துகொண்டிருந்த மனைவி இரவில் பிரெஷ் ஆகி நைட்டி மாட்டி இளையராஜா இசையோடு ரசனை மிகுந்த அழகுக்காரியாக மாறி நிற்பாளே, அது போல் பேரழகியாக மாறி நிற்கும் சென்னையின் மெரினா கடற்கரை இரவு பத்து மணிக்கு மேல்.

அப்படிப்பட்ட இரவுகளில் வாலாஜா சாலையிலிருந்து நேரெதிரே ரிச்சி தெருவுக்குள் புகுந்தால் கூவத்தையொட்டி ஒரு நீண்ட குடியிருப்புப் பகுதி வரும். அண்ணா சாலையில் தொடங்கி சிந்தாதிரிப்பேட்டையில் முடியும் அதன் வழி நெடுகிலும் மோட்டார் ரிப்பேர் கடைகளும், பட்டறைகளும், சென்னையின் பூர்வகுடி மக்களின் குடியிருப்புகளும் இருக்கும்.

இரவு பதினோரு மணிக்கு அந்தச் சாலையை பைக்கில் கடக்கும்போதெல்லாம் அங்கே விளிம்பு நிலை மனிதர்கள் இரவில் அந்த நாளின் களைப்பைத் தெருநாய்களோடு விளையாடியபடி போக்கிக்கொண்டிருப்பார்கள்.

திடீரென்று இரண்டு பெண்கள் சண்டை பிடித்துக் கொண்டிருப்பார்கள். முழுவதும் இருட்டான நிலையில் ஒரே ஒரு மூடிய கடையின் வாசலில் ஐம்பதிலிருந்து அறுபத்தைந்து வயதுக்குள் இருக்கும் ஆறு ஆண்கள் அதாவது ஏரியாவில் பெரிய கைகள் ஒரு குண்டு பல்பை மாட்டிவிட்டு கேரம் போர்டு ஆடிக்கொண்டிருப்பார்கள். அந்தக் காட்சி அப்படியே வெற்றிமாறன் படத்தில் வரும் வடசென்னையின் சூழலை போட்டோ எடுத்துப் போட்டதைப் போல இருக்கும். ஒரு நாளாவது பைக்கிலிருந்து இறங்கி விளையாடிக் கொண்டிருக்கும் மனிதர்களிடம் அவர்களின் கதையைக் கேட்க வேண்டும் என்று அடிக்கடி மனதுக்குள் சொல்லிக்கொள்வேன்.

கடைசியாகக் கலைஞருக்கு இறுதி மரியாதை செலுத்தி விட்டு வரும் வழியில் அந்த மனிதர்களைப் பார்த்தேன். தலையில் கருப்பு சிவப்பு மப்ளரைக் கட்டிக்கொண்டு சரக்கேற்றிக்கொண்டு கலைஞர் படத்திற்கு மாலை அணிவித்து விட்டு அழுதுகொண்டிருந்தார்கள்.

கடந்த இரண்டு நாட்களுக்கு முன் எப்போதும்போல அதே மெரினா, அதே அழகு, அதே பைக் பயணம். ஆனால். . . அந்தக் கடை, குடியிருப்பு, மனிதர்கள் யாரும் இல்லை. வெறும் இடித்துத் தள்ளி நொறுக்கப்பட்ட வீடுகள் அங்கே இருந்தன. கடைகள் இல்லை, அந்த மனிதர்களும் இல்லை. வெறும் நிசப்தம். இரவு அதிகமாகக் கூக்குரலிட்டுக்கொண்டிருந்த அந்த இரவுச் சென்னை அழகுபடுத்தப்பட்டிருந்தது. சிங்கார சென்னை.

இந்த மாநகரம் தன்னைச் சிங்காரமாக்கிக்கொண்டிருக்கும் வேளையில் சில கேள்விகள் எழுந்துகொண்டே இருந்தன.

ஒரே பகலில் தரைமட்டமாக்கப்பட்டும் வீடுகளில் வசிக்கும் மனிதர்கள் எங்கு செல்வார்கள்?

அவர்கள் அன்று சாப்பிடுவார்களா?

அவர்கள் சீட்டு போட்டுச் சேமித்து வைத்த பணத்தை எங்கு ஒளித்துவைப்பார்கள்?

பழக்கமில்லா நகரத்தின் மூலைகளில் இருக்கும் தண்ணீரின் சுவை இவர்களுக்கு எப்படி பழக்கப்படும்?

நாளை வீட்டு வேலைக்குச் செல்லும் இடத்திற்கு இவர்கள் 40 மைல் எப்படிப் பயணிப்பார்கள்?

இரவு எங்கே தூங்குவார்கள்?

மரத்தை வெட்டும்போது கூடிழந்த பறவைகளின் நிலை என்னவோ அதேதான் இவர்களின் நிலை என்கிற பதிலை மனம் சொல்லிற்று.

வலி அதிகமாகிறது.

வீட்டை இழப்பதைவிட வலி ஒன்று இருக்கிறது, அது தங்களின் அடையாளத்தை இழப்பது. தங்கள் நகரத்தை இழப்பது.

இந்த நகரத்தைப் புதிய ஃபாரின் கார்களும், நவீன காபி ஷாப்களும் நிரப்புகின்றன. ஆனால் இந்த மண்ணின் பூர்வகுடிகளுக்கோ தலை சாய்க்க இங்கே இடமில்லை.

அய்யா, இந்த நகரில் இரட்டைக் குவளை கிடையாது, இங்கே தனிச் சுடுகாடு கிடையாது, தனிக் கிணறுகள் கிடையாது. ஆனாலும் இந்த மண்ணின் பூர்வகுடிகள் நகரத்தின் மையப் பகுதியில் வாழத் தகுதி இல்லாத தீண்டத்தகாதவர்களே. நவீன சென்னை. நவீன தீண்டாமை.

இந்தப் பூர்வகுடி மனிதனின் தாத்தனும், கொள்ளுப் பாட்டியும் பார்த்துப் பார்த்து உழைப்பால் மேம்படுத்திய இந்த மாநகரம், தங்கள் ரத்த துளிகளால் அழகுபடுத்திய இந்த நகரம் இனி அவனுடையதல்ல. நாளை அவன் மகனுடையதுமல்ல.

நாங்கள்

நான் பிறந்ததிலிருந்தே வசிக்கும், என் தலைமுறைகள் பல காலங்களாக வாழ்ந்துவரும் சென்னையின் இந்தப் பகுதியில் மூன்று மாதமாக வீடு தேடிக்கொண்டிருக்கிறேன்.

என் சென்னையில் அடுக்குமாடிகள் அதிகரித்துவிட்டன. எங்கே சென்றாலும் குதுப்மினாரின் உயரத்தைத் தாண்டி அழகோவியக் கட்டிடங்கள் இங்கே. கண்ணாடி மாளிகைகள்.

அவற்றில் குடிபோக என்னிடம் வசதி வாய்ப்பிருக்கிறது. ஆனால் என்னால் முடியாது. "மேடம் நீங்க ஜெய்ன்ஸ் ஆ மேடம்?" வீடு புரோக்கர் கேட்கிறார். சென்னையில் என் பூர்வகுடி இடத்தில நான் வீடுபோக வேண்டுமெனில் நான் ஹிந்திக்காரியாக இருக்க வேண்டும், மார்வாடியாக இருக்க வேண்டும், அசைவம் சாப்பிடாத இந்துவாக இருக்க வேண்டும். ஒரேடியாகச் சொல்ல வேண்டுமென்றால் நான் பூர்வகுடித் தமிழாக இருக்கக் கூடாது.

பெரியார் மண்ணை வடக்கு நவீன வடிவத்தில் சூறையாடிப் பல வருடம் ஆகிறது. பெரியார் திடல் இருக்கும் அந்தச் சாலையில் 90% மார்வாடிகள் வாழ்கிறார்கள், அங்கே சுற்று வட்டாரத்தில் கறிக்கடை கிடையாது. ஒவ்வொரு பத்து அடிக்கும் ஒரு பதஞ்சலி கடை. ஈ.வெ.கி. சம்பத் சாலையில் தமிழில் பேசினால் கேவலமாகப் பார்த்துச் செல்கிறார்கள்.

மவுண்ட் ரோடு, புரசைவாக்கம், பெரம்பூர், அயனாவரம், ஜமாலியா, கீழ்ப்பாக்கம், அண்ணா நகர், கெல்லிஸ், சேத்துப்பட்டு, சூளை, பெரம்பூர் பேரக்ஸ், பட்டாளம், ராயபுரம், புளியந்தோப்பு என்று எல்லா இடங்களும் வட இந்தியர்கள் கையில்.

நான் வசிக்கும் புரசைவாக்கம். இந்துக்கள், இஸ்லாமியர்கள், ஆங்கிலோ இந்தியர்கள் என்று கொண்டாடிய அந்தப் பகுதி இன்று காவி வண்ணமாகக் காட்சி அளிக்கிறது.

இப்போதெல்லம் இங்கே தமிழ்நாட்டுக் காய்கள் கிடைப்ப தில்லை. காய்கள்கூட அவர்கள் சாப்பிடும் காய்கள்தான். எங்கே திரும்பினாலும் அங்கே ஒரு சமோசா சாட் கடை. பத்துக்

கறிக்கடைகள் இருந்த இடத்தில் மூன்று கடைகள் மட்டுமே மிச்சம். இருபது சைவ ஓட்டல்களுக்கு ஒரு அசைவ ஹோட்டல்.

இங்கே திரும்பினாலும் ஒரு சமணக் கோயில். ஆங்காங்கே ராம கோபாலன்ஜி அவர்களின் படமும் இந்து முன்னணியின் கொடியும்.

தமிழர்கள்கூடத் தமிழர்களுக்கு வீடு கொடுப்பதில்லை. இருபதாயிரம் கொடுக்கும் இடத்தில் சேட் முப்பதாயிரம் கொடுப்பான். நீ கொடுப்பியா? உனக்கு எதற்கு வீடு? உனக்கு எதற்கு வாழ்வு? ச்சீய்... பூர்வகுடி!

“பூர்வகுடியாய் பிறந்ததற்கே வெட்கப்படுகிறேன் தோழர்” என்று என் வாயாலேயே என்னைச் சொல்ல வைத்து விடுவார்கள்போல.

இங்கே நிறம்கூட எங்கள் நிறம் இல்லை.

காட்டன் புடவைகள் எல்லாம் இப்போது கல் வைத்த ஜம்க்கி வைத்த புடவைகளாக மாறி இருக்கின்றன. கருப்பைவிட ரோஸ் கலரைப் பெண்கள் அதிகம் அணிகிறார்கள்.

இதைவிட எல்லாம் பெரிய கொடுமை ஒன்று இருக்கிறது. நகரை அழகாக்குகிறேன் என்கிற பெயரில் வரலாற்றுச் சின்னங்களைக் கொஞ்சம் கொஞ்சமாக அழித்துக் கொண்டிருக்கிறார்கள். நாளை சிங்காரவேலர் யார் என்று அடுத்த தலைமுறைக்குத் தெரியப்போவதில்லை. இந்தச் சென்னையை உருவாக்கிய என் முன்னோருக்கு ஆங்கில அறிவை, கல்வியறிவைக் கொடுத்த பிரிட்டிஷ்காரனின் பெயர் இங்கே அவசர அவசரமாக அழிக்கப்படுகிறது.

எந்த பின்னிமில்லைச் சுற்றி இந்தச் சென்னை வடிவமைக்கப்பட்டதோ, கூவத்தில் படகுகள் விடப் பட்டனவோ, எங்கே எம்.சி. ராஜாவும் திருவிகவும் உலாவி னார்களோ, எங்கே இந்தியாவின் முதல் தொழிற்சங்கம் தொடங்கப்பட்டதோ. எங்கே சாதி வெறிக்கு எதிராக முதல் தொழிலாளர் புரட்சி வெடித்ததோ அந்த வரலாற்றுச் சிறப்பு மிக்க இடம் இப்பொழுது இந்தி பேசிக்கொண்டிருக்கிறது. அங்கே வரலாற்றை அழித்து நவீன அக்ராஹாரத்தை, சாதியப் படிநிலைகளைக் கட்டிக்கொண்டிருக்கிறார்கள் மார்வாடிகள்.

இங்கே முன்போல் எதுவும் இல்லை.

இங்கே இனி எங்கள் வரலாறு இல்லை.

இங்கே யாரும் எங்களுக்கு இல்லை.

இங்கே சென்னை இல்லை.

இந்த நகரத்தின் மையப் பகுதிக்குச் சென்று நள்ளிரவில் 'ஓ'வென்று கதற வேண்டும் போலிருக்கிறது.

"டேய்... இது என் ஊருடா

டேய்... இது என் மொழிடா

டேய், நான் கறி தின்னுவேன்டா, மாட்டுக்கறி

கருவாடு வாசம் எனக்குப் புடிக்கும்டா

டேய்... எங்கப்பன் ஊருடா இது

என்று வயிற்றில் அடித்துக்கொண்டு கதற வேண்டும் போலிருக்கிறது.

நெஞ்சு வெடிக்கிறது.

வீடில்லை, நகரமும் இல்லை.

நலமாக வாழு தமிழினமே!

44

அபூர்வ ராகங்கள்

உணவு, உடை, இருப்பிடம் இந்த மூன்றும் தான் மனிதனின் மிக மிக முக்கியமான பிரச்சினை யாக இருக்க வேண்டும். ஆனால் அதையெல்லாம் தாண்டி இந்தியர்களுக்கோ பிரச்சினை வேறு மாதிரி.

பிரியங்கா சோப்ரா எனும் 36 வயதான ஒரு பெண், 26 வயதான அதாவது தன்னைவிடப் பத்து வயது குறைந்தவரை திருமணம் செய்து கொள்ளப் போகிறார் என்கிற செய்தி இந்தியனைக் குறிப்பாகத் தமிழனைத் தூங்கவிடாமல் செய்து கொண்டிருகிறது கடந்த ஒரு வாரமாக.

சோத்தாங்கையால் கேரளாவிற்கு ஆறுதல் சொல்லிக்கொண்டு இன்னொரு பக்கம் பீச்சாங் கையால் "அவ தம்பி மாதிரி இருக்கான், புள்ள மாதிரி இருக்கான்" என்று எழுதிக்கொண்டிருக் கின்றன தமிழ் உடல்கள்.

இதில் இந்த மனிதர்களுக்கு என்ன பிரச்சினை என்று நானும் இரண்டு நாட்கள் யோசித்து விட்டேன்.

குறிப்பாக, இன்னொருவரின் அந்தரங்க வாழ்க்கையைப் பற்றி நாம் ஏன் கவலைப்பட வேண்டும்? ஆனால் தமிழன் கவலைப்படுகிறான். அவ்வளவு நேரம் இவர்களிடம் உள்ளதுபோல் தோன்றுகிறது.

இதில் இவர்களின் கவலை என்னவாக இருக்கும்?

காமமா?

வயது குறைந்த ஆணோடு செக்ஸ் எப்படி இருக்கும் என்று தோன்றியிருக்குமோ?

இவர்கள் வயது குறைந்த ஆணோடு கலவிகொண்டு அதில் ஏதாவது கெட்ட அனுபவம் இருந்து அந்த அச்சத்தில் இவர்களுக்கு இது தோன்றியிருக்குமா என்றால் இருக்காது. நிச்சயம் இருக்காது.

மேலே சொன்னது நடந்திருந்தால் கண்டிப்பாக அதைப் பற்றி அச்சம் கொள்ள மாட்டார்கள். நடக்காத, தங்களுக்கு அனுபவம் இல்லாத இலாகாவைப் பற்றி இவர்களுக்கு அச்சம், சந்தேகம், பிரியங்காவின் மேல் கரிசனம் என்றுகூட இதை எடுத்துக்கொள்ளலாம்.

ஆக, இங்கே இந்த கல்ச்சர் வல்ச்சர்களுக்கு அவர்களுக்குள் நடக்கப்போகும் கலவிதான் பிரச்சினையா? இந்தியர்களுக்குக் காமம் வெளியில் தீண்டத்தகாதது. ஆனால் அவர்கள் மூளையில் ஊறிக் கிடைக்கும் போதை வஸ்து.

இதற்கு விடை சொல்ல வேண்டுமென்றால் இயற்கையில் வயது வித்தியாசமின்றிக் கலவிகொள்ள எந்தப் பருவத்திற்கு வந்த யாராலும் முடியும். இயற்கை ஓரவஞ்சனை செய்வது கிடையாது. அது உணர்ச்சிகளுக்கு வயது இடைவெளி கட்டுப்பாடுகள் போடுவது இல்லை.

300 வருடங்களுக்கு முன்புவரை தங்களைவிட இளைய ஆண்களைப் பெண்கள் மணந்து வாழ்ந்திருக்கிறார்கள். காவியங்களும் காப்பியங்களும் அதற்குச் சான்று.

சரி, இந்தக் காரணம் இல்லை. வேறு என்னவாக இருக்கும்?

அவன் இவளை எப்படிப் பார்த்துக்கொள்வான். இல்லை, வயதில் சிறியவன். அதனால் இவள்தான் பார்த்துக்கொள்ள வேண்டும் என்கிற சிந்தனையா?

எந்தத் திருமணத்திலும் ஒருவர் ஒருவரை support system ஆக வைத்துக்கொள்ள வேண்டுமே தவிர, யாரும் யாரையும் பார்த்துக்கொள்ளத் தேவை இல்லை. வயதான கணவனுக்கு முடியாதபோது இளைய மனைவி பார்த்துக் கொள்வதுபோல இளைய கணவன் வயதான மனைவியைப் பார்த்துக்கொள்ளலாம்.

நமக்கு இதெல்லாம் பார்க்க நியாயமான கண்கள் வேண்டுமே ஒழிய, இதில் நடைமுறை சிக்கல்கள் துளியும் இல்லை.

இந்த இரு காரணங்களும் இல்லை, அப்படி என்னதான் இவர்களைப் பெரிதும் உறுத்துகிறது என்று பார்த்தால். ஒன்றே

ஒன்றுதான். அவர்கள் பார்க்கப் பொது சமூகத்தின் பரவலான ஜோடி போல் இல்லை. இதுதான் அவர்களின் தலைபோகிற பிரச்சினை.

ஒரு விஷயம்.

இந்தியர்களுக்குப் பொதுவாகவே பார்வைக் குறைபாடு இருக்கிறது. இந்தியர்கள் இயற்கையாகப் பார்ப்பதும் கேட்பதும் கிடையாது.

இதுவரை இந்தப் பொதுச் சமூகம் நம்மை எப்படிப் பார்க்கக் கற்றுக் கொடுத்திருக்கிறதோ நாம் அப்படித்தான் பார்த்துக்கொண்டிருக்கிறோம்.

இங்கே பொதுச் சமூகம் நமக்கு ஒரு கண்ணாடி போட்டு விட்டிருக்கிறது. இங்கே தனி மனிதன் பார்க்கும் பார்வை எல்லாம் பத்துக் கோடிப் பேர் இணைந்து பார்க்கும் பார்வை தான். உன் கண் வழியே நீ பார்க்கவில்லை, சமூகம்தான் பார்த்துக்கொண்டிருக்கிறது.

அந்த programmed சமூகப் பார்வைதான் இயற்கைக்கு மாறாக நமக்கு ஒரு ஜோடியைப் பார்க்க வைக்கிறது. கருப்பு ஆண் – வெள்ளைப் பெண், குண்டுப் பெண் – ஒல்லி ஆண், ஓரினச் சேர்க்கையாளர்கள் போன்ற ஜோடிகளைக் கிண்டல் செய்யச் சொல்லிக் கொடுத்துக்கொண்டிருக்கிறது. மனதளவில் ஏற்றுக்கொள்ளத் தடை விதித்துக்கொண்டிருக்கிறது.

ஆக, இந்தச் சமூகப் பார்வை என்னும் கண்ணாடியைக் களையும்வரை நாம் தேவையில்லாமல் இன்னொருவரின் அந்தரங்கத்தை நோண்டிக்கொண்டிருப்போம். இவை அனைத்துமே கால விரயம்.

தன்னை விட வயது குறைவான ஆணிடம் பெண் காதல் கொள்ளலாமா? தாராளமாக.

தன்னைவிட வயது மூத்த பெண்ணை ஆண் திருமணம் செய்துகொள்ளலாமா? சிறப்பாக.

மேஜரான பையன் தன்னைவிட வயதில் மூத்த பெண்ணைத் திருமணம் செய்யச் சட்டத்திலோ, இயற்கை யிலோ தடை இருக்கிறதா? இல்லவே இல்லை.

பிரச்சினை எங்கே தொடங்குகிறது? நம் வீணாப்போன மண்டையிலிருந்து.

இதற்கெல்லாம் முடிவு என்ன? கண்ணாடியைக் கழட்டுங்கள்.

45

இசைக்கு யார் ஓனர்?

இந்த வாரம் கிறிஸ்தவ சமுகத்தின்மீது ஒரு கொடுமை இழைக்கப்பட்டுள்ளது. தீண்டாமைக் கொடுமை. மாநிலமெங்கும் தீண்டாமைக்கு எதிராகக் குரல் கொடுக்கும் மனிதர்கள்கூட இந்த விஷயத்தில் கண்டும் காணாமல் இருக்கும் இந்த நேரத்தில் சில விஷயங்களை ஓங்கிக் கன்னத்தில் அறைந்தாற்போல் சொல்ல வேண்டியிருக்கிறது.

யார் மண்ணில் யார் எந்தப் பாடலை பாட வேண்டும் என்று தீர்மானிக்கும் உரிமையைச் சதவிகித சிறுபான்மையினருக்கு இங்கு யார் தந்தது..? *Privileged* இசை வித்தர்களுக்குச் சாதிய வழிப்படி இசை கற்றுக் கொடுக்கப்படுகிறது என்கிற ஒற்றை நீசத் தகுதியைத் தவிர்த்து, இசையைப் பற்றி இந்தத் தமிழ் மண்ணில் பேச என்ன தகுதி இருக்கிறது..?

தமிழ் மரபு இசையின் மும்மூர்த்திகள் பற்றித் தெரியுமா..?

தமிழிசைக்கு அருந்தொண்டாற்றிய என் முப்பாட்டன்களின் வரலாறு தெரியுமா உங்களுக்கு?

1. வேதநாயக சாஸ்திரிகள்

2. சாமுவேல் (மாயவரம்) வேதநாயகம் பிள்ளை

3. ஆபிரஹாம் பண்டிதர்

தெரியுமா உங்களுக்கு..?

மூன்று நூற்றாண்டுகளுக்கு முன்பிருந்தே இசையை அதுவும் தங்களுக்கு மறுக்கப்பட்ட இசையைக் கற்று, தேர்ந்து, பண்டிதர்களாகி, கர்நாடக சங்கீதத்தைப் பிய்த்து, ஆராய்ந்து, கீர்த்தனைகள் ஆயிரம் செய்து, நூல்கள் பல பதிந்து, தமிழ் மரபு இசைதான் கர்நாடக சங்கீதத்தின் வேர் என்று கண்டுபிடித்து அறிவியல்ரீதியாக நிரூபித்தவர்களின் வரலாறு தெரியுமோ ஓய்..?

வேதநாயக சாஸ்திரியார்

வேதநாயக சாஸ்திரிகள் திருநெல்வேலி கிறிஸ்தவர். பிறந்தது 1774ஆம் ஆண்டு. தஞ்சையில் உள்ள கிறிஸ்தவக் கல்லூரியில் இறையியல் பயின்ற இவர் பல நூறு கீர்த்தனைகளை இயற்றிப் பாடினார். சாஸ்த்ரீய சங்கீதத்தில் தேர்ச்சி பெற்று, தமிழ் மொழியில் பல கீர்த்தனைகளைப் புனைந்து, தமிழிசை சார்ந்த பல இலக்கியங்களை உருவாக்கினார். மொத்தம் 120 நூல்களை எழுதியதில் மிகவும் பெயர் பெற்றது இவரின் 'வேத சாஸ்திர கும்மி' (1819இல் வெளிவந்தது). முழுக்க முழுக்கப் பகுத்தறிவு பேசிய அந்தப் பாடல்கள் மூன்று சதவிகித்தினரின் எதிர்ப்புகளுக்குப் பின் தடை செய்யப்பட்டன.

அந்தப் புத்தகத்தில் வரும் ஒரு பாடல் உதாரணம்:

மாட்டைத் தொட்டுத் தலைமுழுகாத

நீ மனுஷனைத் தொட்டு ஸ்நானம் செய்தாய் மாட்டைப்
பார்க்க மனுஷன் இளப்பமோ

மறுமொழி கொடு ஞானப் பெண்ணே

மாட்டு மூத்திரத்தைக் குடித்தே அந்த மாட்டுச் சாணியைப்
பூசிக்கொண்டு

மாட்டைத் தானே கும்பிட்டு நின்ற உன் மாட்டுப் புத்தியோ
ஞானப் பெண்ணே.

நாயைத் தொட்டுத் தலை முழுகாத நீ நரனைத் தொட்டுத்
தலை முழுகப்

பேயைக் கும்பிட்ட புத்தியினால் வந்த பேதைமைப் புத்தியோ
ஞானப் பெண்ணே.

மிருகத்திலும் மனுஷனை இப்படி மெத்தவும்
நிஷிதப்படுத்துவது

அருவருக்கப் படத்தக்கப் பாவமென்றறிந்ததில்லையோ
ஞானப் பெண்ணே.

ஆச்சரியமாக இருக்கிறது அல்லவா..? 1819ஆம் ஆண்டு இப்படி ஒரு பாடலை இயற்றிவிட்டு ஒரு மனிதன் வாழ்ந்துவிட முடியுமா? வாழ்ந்தார் வேதநாயக சாஸ்திரியார்.

அவர் பாடல்களின் சிறப்பம்சமே பாடல் வரிகள்தான். அப்படி ஒரு தமிழை நீங்கள் பாகவதர் பாடல்களில்கூடக் கேட்டிருக்க மாட்டீர்கள். இயேசுவைப் பற்றி போதிக்கும் போதெல்லாம் சாஸ்திரிகள் சாஸ்த்ரீய சங்கீதத்தில் அமைந்த பழந்தமிழ்ப் பாடல்களேயே பாடினார்.

உதாரணமாக 'பெத்லகேம் குறிஞ்சி' என்கிற தொகுப்பில் இந்தப் பாடல்:

தேசு மாதர்கள் பாசமாய் வாச மேவு விலாச மரக்கிளை
மாசிலாது எடுத்து ஆசையா

யோசன்னா, பவ நாசன்னா என ஓசையாய் கிறிஸ்தேசுவே
நீச வாகன ராசனே எங்கள் நேசனே எனப் பேசவே

– பவனி

எவ்வளவு அழகு தமிழ் பாருங்கள்.

பாரதியாருக்கு நூறு வருடங்கள் முன்பு தோன்றிய மாபெரும் கலைஞன் சாஸ்திரிகள்; ஆனால் அவர் பின்பற்றிய மதத்தின் காரணமாக இன்று அவர் யார் என்றுகூடத் தெரியாது பொது சமூகத்திற்கு..!

இன்னொரு அதி முக்கியமான விஷயம் என்னவென்றால், தஞ்சையை ஆண்ட சரபோஜி மன்னனின் அரசகவியாக இருந்தவர் வேதநாயக சாஸ்திரியார். "அண்ணாக்கவி" என்று மன்னரால் மரியாதையாக அழைக்கப்பட்டவர்.

அழகுத் தமிழிசையில் சீர்திருத்தம் பேசிய வேதநாயக சாஸ்திரிகள் தன 92ஆவது வயதில் இறந்தாலும் அவரின் ஆறாம் தலைமுறையான மற்றுமொரு வேதநாயக சாஸ்திரிகள் வழியாக அவரின் கீர்த்தனைகள் மீண்டும் பிரபலமாயின. இன்றுகூட யூ டியூபில் அவரது பாடல்கள் இருக்கின்றன. கேட்டுப் பாருங்கள், உள்ளம் உருகும்.

மாயூரம் வேதநாயகம் பிள்ளை

'பிரதாப முதலியார் சரித்திரம்' என்கிற நாவலைப் பற்றிக் கேள்விப்பட்டிருப்பீர்கள். தமிழின் முதல் நாவல். அதை இயற்றியவர்தான் இந்த வேதநாயகம் பிள்ளை. இசை யமைப்பாளர் விஜய் ஆண்டனியின் கொள்ளுத் தாத்தா.

1826இல் திருச்சி மாவட்டம் குளத்தூரில் பிறந்த இவர் கிறிஸ்தவர். தரங்கம்பாடியின் முன்சீப்பாக இருந்தவர். பின்பு மாயவரம் நகர்மன்றத் தலைவராக இருந்தார். மொத்தம் 15 நூல்களை எழுதிய இவர், சாஸ்திரீய சங்கீதத்தில் தேர்ந்தவராக வும், வீணையை இசைப்பதில் நிபுணராகவும் இருந்தார்.

ஒரே தேவன் என்கிற கொள்கையை உடையவராக இருந்த இவர் கிறிஸ்தவப் பாடல்கள் என்று தனியாக இயற்றாமல் சர்வ சமய ஆர்வலராக இருந்தார். இவரின் எழுத்துக்கள், குறிப்பாக தமிழிசைக் கீர்த்தனைகள் யாவும் சீர்திருத்தம் மட்டுமே பேசியவை. அதிலும் குறிப்பாகப் பெண் கல்வி.

எழுத மட்டுமா செய்தார். தமிழகத்தில் பெண்களுக்கான முதல் பள்ளிக்கூடத்தை இவர்தான் தொடங்கினார். இதெல்லாம் நமக்குப் பள்ளிக்கூடத்தில் சொல்லிக் கொடுக்கவில்லை அல்லவா? மாட்டார்கள். உண்மை வரலாறு பார்ப்பனியத்திற்குக் கேடு என்பதால் இதெல்லாம் நமக்கு வாய்க்கவில்லை .

சரி, இவர் எழுதிய ‘சர்வ சமய சமரச கீர்த்தனைகள்’ என்கிற இசை இலக்கியம்தான் இவரின் மிக முக்கியமான புத்தகம். 192 கீர்த்தனைகள் கொண்ட இந்தப் புத்தகத்தில் உள்ள இசைப் பாடல்கள் எதுவுமே எந்தக் கடவுளையும் குறிப்பிடாமல் பொதுவாக இருப்பதே அவற்றின் சிறப்பு.

தமிழைக் கர்நாடக சங்கீதத்திற்குள் கொண்டுபோய்ச் சேர்த்தது அவரின் மாபெரும் பணிகளில் ஒன்று. பட்டம்மாளி லிருந்து சஞ்சய் சுப்பிரமணியன்வரை அவர் பாடலைத்தான் பாடிக்கொண்டிருக்கிறார்கள்.

அவரின் புகழ்பெற்ற கீர்த்தனையில் ஒன்று. . .

நினைப்படெப்போடு நெஞ்சே அய்யன் படத்தை
நினப்படெப்போடு எஞ்சே (நினப்பதேப்போடு)

அனுபல்லவி.

தனத்தையும் மதா் யௌவனட்டையும் உத்யோக கனத்தையும்

எண்ணிப் – பல தினத்தையும் கழித்தல் (நினப்படெப்போடு)

சரணம்

1. பாட்டிலும் பல விளையாட்டிலும் துர்விஷயக்
காட்டிலும் புட்திடனை நாட்டி நாள் கழித்தல்
(நினப்படெப்போடு)

என்கிற கீர்த்தனையைப் பாடாத கர்நாடக இசைப் பாடகர்கள் இல்லை என்றே சொல்லலாம்.

இந்தக் கட்டுரையை எழுதிக்கொண்டிருக்கும்போது பாலக்காட்டு ராமா பாகவதர் பாடிய வேதநாயகம் பிள்ளையின் 'புண்ணியம்போல பாபம்' என்கிற கீர்த்தனையைக் கேட்டுக் கொண்டிருக்கிறேன். மனது சிலிர்க்கிறது கேட்கக் கேட்க அமிர்தம்.

சம்பாதித்ததை எல்லாம் தான தர்மம்செய்து அறவழியில் வாழ்ந்த இவரைக் கண்டு கோபாலகிருஷ்ண பாரதியார் உச்சி முகர்ந்து இயற்றிய கீர்த்தனைதான் 'நீயே புருஷ மேரு' என்கிற இசைப்பாடல்.

மேலே சொன்ன இருவரின் வரலாறே உங்களுக்குக் கொஞ்சம் நெஞ்சுவலியைக் கொடுத்திருக்கும். அடுத்துச் சொல்லப் போகும் மனிதரோ இவர்களுக்கு எல்லாம் அப்பன். உங்கள் கால்களின் கீழே தரை பத்திரம்.

ஆபிரகாம் பண்டிதர்

ராவ் சாகேப் ஆபிரகாம் பண்டிதர் பிறந்த ஆண்டு 1859. பண்டிதர் என்றால் அப்படி இப்படி பண்டிதர் அல்ல. சித்த வைத்தியர், தமிழ் இசைக் கலைஞர், தமிழ்க் கவி. திருநெல்வேலியில் பிறந்த இவர் தஞ்சையில் குடிபுகுந்தார். திட்டுக்கள் சடையானை பட்டரிடம் இசை பயின்றார்; பின்பு தஞ்சையில் நாதஸ்வரம், வீணை, பிடில், ஆர்மோனியம் என்று கற்று வித்தகரானார். ஐரோப்பிய இசை வல்லுநரான பேராசிரியர் தஞ்சை ஏ.ஜி. பிச்சைமுத்து அவர்களின் மாணவராகி மேற்கத்திய இசையையும் கற்று அதிலும் சிறந்து விளங்கினார்.

அப்போது கர்நாடக இசையின் தாக்கத்தால் தமிழ் மரபு இசை தமிழ்நாட்டில் துவண்டிருந்ததைக் கண்டு மனம் பொறுக்காத ஆபிரகாம் பண்டிதர் இசை, தமிழ் இசை பற்றி ஆராய்ச்சியில் இறங்கினார். இது பல வருடம் தொடர்ந்த நிலையில் தமிழகத்தில் முதல்முறையாக அகில இந்திய இசை மாநாட்டை நடத்தினார். இதுபோன்று மொத்தம் ஆறு மாநாடுகளைத் தமிழகத்தில் தன் சொந்த செலவிலேயே நடத்தினார்.

பின்பு தஞ்சாவூரில் இசை ஆய்வுக்கென 'சங்கீத வித்யா மகாஜன சங்கம்' என்ற அமைப்பை உண்டாக்கினார். இதைத் தொடர்ந்து பல வருட ஆராய்ச்சியின் விளைவாக 'கருணாமிர்த சாகரம்' என்கிற மாபெரும் தமிழ் இசை நூலை வெளியிட்டார். 85 தமிழிசை ராகங்களைப் பற்றிய திறனாய்வு கொண்ட இந்த நூல் தமிழ் இசை இலக்கணங்களை விளக்குகிறது. இந்தியாவில் இருக்கும் ஒவ்வொரு இசை வடிவமும் தமிழ் மரபு இசையின்

இலக்கணங்களிலிருந்து தோன்றியிருப்பதை அறிவியல்ரீதியாக எடுத்துரைக்கிறது.

ஸ்ருதி, கணக்கியல் எனும் விஷயத்தையும் உருவாக்குகிறார். சொல்ல மறந்துவிட்டேன், இவர் இசையியல் வல்லுநர். இசை எங்கிருந்து வருகிறது என்கிற கேள்விக்குப் பதிலைக் கொடுத்தவர் ஆபிரகாம் பண்டிதர்.

சிலப்பதிகாரத்தில் இடம்பெறும் இசைகுறித்த செய்திகள் இன்றைய கர்நாடக இசையில் மூல இலக்கணங்களாக இருப்பதைப் பண்டிதர் சுட்டிக்காட்டினார். இன்றைய ராகங்கள்தான் அன்று பண்களாக இருந்தன என்று ஸ்வர ஆய்வு மூலம் நிரூபித்தார். ராகங்களை உண்டுபண்ணும் முறை, பாடும் முறை ஆகியவற்றைப் பழந்தமிழ் இசையிலக்கணத்திலிருந்து ஆய்வுசெய்து அறிந்து விளக்கிக் காட்டினார். அவையே இன்றும் இசையின் அடிப்படைகளாக உள்ளன.

தஞ்சை ஆபிரகாம் பண்டிதர், தமிழிசையே வடக்கே இந்துஸ்தானி இசை என்ற பெயரில் விளங்குகிறது என்று நிரூபித்தார். 1916ஆம் ஆண்டு, மார்ச் 20 முதல் 24 வரை பரோடாவில் நடைபெற்ற அகில இந்திய இசை மாநாட்டுக்குச் சென்று தன் முடிவுகளைப்பற்றி உரையாற்றினார். இவரது கண்டுபிடிப்புகளை இவரது இரு மகள்கள் வீணையில் இசைத்துக் காட்டி நிரூபித்தனர்.

எந்த இசையைப் பிறப்பின் அடிப்படையில் ஒருவர் கற்றுக்கொள்ள வேண்டும், இன்னொருவர் கற்றுக்கொள்ளக் கூடாது என்று இந்தச் சாதியச் சமூகம் தீண்டாமையைத் திணித்ததோ அந்த இசையை அக்குவேர், ஆணிவேராகப் பிரித்து எல்லாமே தமிழ் மரபு இசையிலிருந்துதான் எடுக்கப்பட்டது என்ற உண்மையைப் போட்டு உடைத்தார் ஆபிரகாம் பண்டிதர்.

அவரை யாரும் அப்போது எதிர்க்கவில்லை; ஏனென்றால் அவர் எல்லாவற்றையும் ஆதாரத்தோடு நிரூபித்தார். என்னைப் பொறுத்தவரை 'கருணாமிர்த சாகரம்' எனபது நூலுலகத்துப் பெரியார்! எப்படிப் பார்ப்பனியத்தைப் பெரியார் பகுத்தறிவின் மூலம் உடைத்தாரோ அப்படியே கர்நாடக சங்கீதம் எனும் 'தேவ சங்கீத'த்தின் உண்மையை உலகிற்கு வெளிச்சம் போட்டுக் காட்டினார் பண்டிதர்.

தமிழ்நாட்டில் இசை என்று வரும்போது சமயப் பாகுபாடில்லாமல் சாஸ்த்ரீய சங்கீதத்தை வளர்க்க வேண்டும், அதற்குத் தமிழ் வடிவம் கொடுக்க வேண்டும், அதைப் பாமரருக்கும் கொண்டுசெல்ல வேண்டும் என்ற நோக்குடன்

இம்மூவர் மட்டுமல்ல, தமிழகத்தைச் சேர்ந்த ஹிந்து, முஸ்லிம், கிறிஸ்தவர்கள், நாத்திகர்கள் என்று பலர் தொண்டாற்றி இருக்கிறார்கள்.

இசை என்பது இயற்கை. எப்படி ஒரு மரத்திற்கு மதம், சாதி என்கிற அடையாளம் இல்லையோ அதே போல்தான் இசைக்கும். யார் கீழே நின்றாலும் மரம் நிழல் கொடுக்கும், கனி கொடுக்கும். இசையும் அப்படித்தான். கற்றவரின் கையில் விளையாடும் அழகுக் குழந்தை இசை. அதற்கு மத வேறுபாடு, சாதிய வேறுபாடு, இன வேறுபாடு, பாலின வேறுபாடு கிடையாது. நல்ல இசை மனிதனின் வன்மத்தைக் குறைக்கும் சக்தியுடையது என்று வெளிநாட்டு ஆராய்ச்சியாளர்கள் கூறுகிறார்கள். மருந்தாகும் இசையை யார் கேட்பது, யார் பாடுவது என்று வன்மத்தோடு நிர்ணயிக்கும் அதிகாரத்தை யார் கொடுத்தது..?

பிறப்பின் அடிப்படையில்தான் அது வருமென்றால் நீங்கள் ஏன் அசைவம் உண்ணும் கிறிஸ்தவனின் கண்டுபிடிப்பான வயலினை உங்கள் இசையோடு இணைத்துக்கொண்டீர்கள்..?

வெளிநாட்டில் உருவான இசைக் கருவிகளை உங்கள் கர்நாடகக் கச்சேரிகளில் பயன்படுத்தக் கூடாதெனத் தீர்ப்பு வந்தால் நீங்கள் என்ன ஆவீர்கள்? வெறி கொண்டவர்களுக்கு இசை எதற்கு? இந்த ஆணவத்துக்கெல்லாம் தமிழிசையைத் தூசி தட்டி வெளிக்கொணருவதே தீர்வு என்று இந்தத் தருணம் உணருகிறோம். தமிழ் இனி சீறிப் பாயும்..!

46

ஷேக்ஸ்பியர் சொன்ன பொய்

ஒரு நபரின் பெயருக்குப் பின்னால் ஏதாவது கதை அல்லது கருத்து இருக்க வேண்டும் என்று நினைப்பேன். வெளிநாடுகளில் இப்படிப் பெயர் வைப்பது மிகப் பிரபலம்.

தமிழில்கூடச் சிலர் மிகவும் அழகான அர்த்தம் தாங்கிய பெயர்களை வைக்கிறார்கள். சிலர் துளி நேரச் செலவுகூட இல்லாமல் ஏதாவது பெயரை, குறிப்பாக சோதிடர் சொல்கிற எழுத்தில் வேண்டுமென்று போகிறபோக்கில் அர்த்தமற்ற ஏதோ பெயர்களை வைத்து விடுகிறார்கள். காலையில்கூட ஒருவர் சொன்னார், "கிஸ்மிதா"னு லாம் பேர் வைக்கிறாங்கமா" என்று. எல்லாம் சோதிடம் பண்ணும் வேலை.

என் பெயரை எடுத்துக்கொள்ளுங்கள்

என் பெயர் "ஷாலின் ஆரோக்கிய மேரி".

"மரிய லாரன்ஸ்" எனது தந்தையின் பெயர்.

இத்தனை வருடங்களாக "ஷாலின்" என்கிற எனது பெயர் படாத பாடுகள் இல்லை.

"ஸ்டாலின்."

"ஷாலினி."

"ஷலின்."

"சளின்."

"சாலின்."

என்று என் பெயரைப் பல பரிமாணங்களில் மக்கள் கூறிக் கொண்டிருந்தாலும் உள்ளுக்குள்ளே இந்தப் பெயரைக் கொண்ட ஒரு கதை இன்னும் இனிக்கிறது.

என் அம்மாவின் வீட்டில் பெயர்கள் எல்லாம் ராஜேஸ்வரி, செல்வம், ராணி, குமார், ராஜா, கலா.

என் அப்பா வீட்டில் பெயர்கள் எல்லாம் பக்கா கிறிஸ்தவப் பெயர்களாக இருக்கும்.

இந்தச் சூழ்நிலையில் நான் பிறந்தபோது எனக்கு வித்தியாசமான பெயர் வைக்க ஆசைப்பட்ட என் பெற்றோர் அதற்குத் தேர்ந்தெடுத்தது எங்கள் வீட்டில் வாடகைக்குக் குடியிருந்த "ஆலின்", "மிசி" என்று அவர்கள் ஆசையாக அழைத்த ஒரு ஆங்கிலோ இந்தியப் பெண்மணியை.

அவர் ஏதோ ஒரு ஆங்கிலோ இந்தியப் பெண்மணி இல்லை. திரைப்படங்களில் குரூப் டான்சர் அவர். அசத்தல் நடனக்காரி.

பெரும்பாலும் கமல் படங்களில் பின்னால் ஆடிக் கொண்டிருப்பார். "சொர்க்கம் மதுவிலே" பாடலில் கமலோடு ரொமான்ஸ் செய்துகொண்டிருப்பார்.

"Dignity of labour" பற்றி நான் அடிக்கடி எழுதுவேன் இல்லையா, அதற்கு முக்கியக் காரணம் இதுதான். பெயர் வைக்க சோதிடரையோ, இல்லை சர்ச் பாதிரியாரையோ அணுகாமல் ஒரு திரைப்படத் துணை நடன மங்கை என்றாலும் அவரிடம் எனக்குப் பெயரிடச் சொன்ன என் பெற்றோர் சொல்லிக்கொடுத்த விஷயம் இது.

செய்யும் வேலையை வைத்துப் பாரபட்சம் காட்டாமல் மனிதரை மதிக்கும் செயல் இது.

இந்த ஒற்றைக் காரணத்திற்காகத்தான் எவ்வளவோ விமர்சனம் வந்தும் நான் என் பெயரைத் தமிழ்ப் பெயராக மாற்றிக்கொள்ளவில்லை.

மாற்றினால் வைத்தவருக்கு எப்படி மரியாதை செய்ய முடியும்?

யாரோ ஒரு நடன மங்கை வைத்த பெயர்தான். ஆனால் புத்தகங்கள், மேடைகள், தொலைக்காட்சிகள், சான்றிதழ்கள் என்று இந்தப் பெயர் எங்கும் பயணித்துவிட்டது.

திரும்பவும் நினைவுபடுத்துகிறேன், இது சோதிடர் வைத்த பெயர் அல்ல.

உண்மையைச் சொல்கிறேன். நம் பெயருக்குப் பின்னால் ஒரு அழகிய அரசியலும் கருத்தும் இருக்கும்போது நாம் சிறுவயதிலிருந்தே ஒரு கோட்பாட்டோடு வாழப் பழகிக் கொள்கிறோம். சிறப்புகள் சேர்த்துக்கொள்கிறோம். இது உண்மை.

"What is in a name" என்று ஷேக்ஸ்பியர் கேட்பார்.

பெயரில் நிறைய இருக்கிறது ஐயா என்று இந்தக் கணம் ஷேக்ஸ்பியரிடம் சொல்லிக்கொள்ள ஆசைப்படுகிறேன்.

47

அம்பேத்கர் வாங்கிய கடன்

அண்ணலின் மிக முக்கியமான "சாதியை அழித்தொழித்தல்" நூல் பதியப்பட்டு வெளியான நாள் இன்று "1936, மே, 15. முதல் பிரதியின் விலை எட்டணா.

இந்தப் புத்தகம் ஏன் முக்கியமான ஒன்றாகக் கருதப்படுகிறது என்பதற்குப் பின்னால் அந்தப் புத்தகம் வெளியான சூழ்நிலையையும் அதற்குப் பின் இருந்த வரலாற்றையும் நாம் தெரிந்து கொள்வது மிக மிக அவசியம்.

1936ஆம் ஆண்டு ஜாட்–பட்–தோடக் மண்டல் என்கிற இந்து மத சீர்திருத்தவாத அமைப்பு லாகூரில் நடத்தவிருந்த தங்களின் ஆண்டு விழா மாநாட்டில் அம்பேத்கரைத் தலைமை தாங்கி உரை நிகழ்த்த அழைக்கிறது. பெயரில் மட்டுமே சீர்திருத்தத்தை வைத்திருந்த அந்த அமைப்பில் சாதி வெறியும் மூட நம்பிக்கைகளும் வேரூன்றி இருந்தன. அந்த அமைப்பில் அதுவரை ஒரு தலித்கூட இடம்பெறவில்லை. அவர்கள் அழைத்த முதல் தலித் அம்பேத்கர்தான்.

விழாவிற்கு முன்னால் அம்பேத்கரின் உரையை எழுத்து வடிவமாக அவரிடம் கேட்டு வாங்கிய அதன் தலைவர்கள் அந்த உரையைப் படித்து அதிர்ந்துபோனார்கள். உரையில் சாதி ஒழிப்பும் மதவாத எதிர்ப்பும் எழுச்சியும் நிறைந்திருந்தன. வேதங்களையும் புராணங்களையும் ஒரு புரட்டுப் புரட்டி எடுத்திருந்தார் அம்பேத்கர் அந்த உரையில்.

உரையின் பிரதியைப் படித்துப் பார்த்த தலைவர்கள் அவற்றில் பல இடங்களில் மாற்றம் செய்து பேசுமாறு அம்பேத்கரை நிர்ப்பந்திக்கிறார்கள். ஆனால் அம்பேத்கரோ ஒரு புள்ளியை நீக்கினால்கூட நான் அந்த உரையை நிகழ்த்த மாட்டேன் என்று திட்டவட்டமாகக் கூறிவிட, வேறு வழி இல்லாமல் அம்பேத்கரை வரவிடாமல் செய்வதற்காக அந்த மாநாடே ரத்து செய்யப்படுகிறது.

நிகழ்த்தாத அந்த உரையை அம்பேத்கர் அப்படியே புத்தகமாகத் தனது சொந்த செலவில் வெளியிடுகிறார். கடன் வாங்கி 1500 பிரதிகள் பதிவிடுகிறார்.

ஆங்கிலத்தில் "*conviction*" என்று ஒரு வார்த்தை இருக்கிறது. அதாவது கொள்கையில் இருக்கும் உறுதியும் நம்பிக்கையும் அதற்கு உதாரணம் என்றால் அது அண்ணல் அம்பேத்கர்தான். வேறு யாராக இருந்தாலும் தனக்குக் கிடைக்கும் சிறப்புகளைத் தவறவிடக் கூடாதென்று, அந்த நிலையில் அந்த மாநாட்டில் வேறு ஒரு உரையை நிகழ்த்தியிருக்கக்கூடும். ஆனால் அதையெல்லாம் பொருட்படுத்தாமல் கொண்ட கொள்கை மாறாத தலைவராக அம்பேத்கர் இருந்திருக்கிறார்.

பேசும் வாய்ப்பை இழந்தாலும் வேறொரு வழியில், தான் சொல்ல வந்த கருத்துகளைப் புத்தகமாக்கி, தன் கருத்தை வரலாற்றில் செதுக்கிவைத்துவிட்டுப் போயிருக்கிறார் அம்பேத்கர்.

இதில் ஒடுக்கப்பட்டவர்களுக்கு ஒரு மாபெரும் பாடம் இருக்கிறது. உன் நிலையால் உனக்கு ஒரு பாதை அடைக்கப் படும்போது உன் பாதையை நீயே உருவாக்கிக்கொள் என்பது தான் அது.

பி.கு:– குறிப்பாக, இந்த நேரத்தில் தந்தை பெரியாருக்கு நம் நன்றியைச் சமர்ப்பிக்கக் கடமைப்பட்டுள்ளோம். இந்தப் புத்தகத்தைத் தமிழில் மொழிபெயர்த்து அதை ஒவ்வொரு வாரமும் குடிஅரசு பத்திரிகையில் பிரசுரித்து அண்ணலை வெகுஜனங்களுக்கு மத்தியில் கொண்டுசென்ற பெருமை பெரியாரையே சேரும்.

48

சிலை அரசியல்

"சிலையில் பெரியார் இல்லை, பெரியார் வழி நடந்தால் போதும், பெரியார் நெஞ்சில் இருக்கிறார், ஆயிரம் சிலைகளை உடைத்தாலும் பெரியாரியம் சாகாது" என்பதெல்லாம் தத்துவார்த்தமான பேச்சுக்கள். இங்கே நாம் தத்துவ ஞானிகள் இல்லை. மாறாக, ஒரு குடியரசில் வாழும் சராசரி மனிதர்கள். நமக்கு இங்கே தத்துவங்களை விட அரசியலும் அது சார்ந்த போராட்டங்களும் தான் சமூகநீதி மறுக்கப்பட்ட இந்த இருண்ட உலகில் நம்மை வழிநடத்தும் விளக்குகள்.

தத்துவம் நம்மை மீட்காது. தத்துவமானது இருட்டில் நடக்க பயப்படும் குழந்தைக்குத் தைரியமூட்ட ஒப்புக்குச் சமாதானம் சொல்வது போன்றது. அரசியலும் போராட்டமும் இருட்டில் விளக்கு கொண்டுவந்து அந்தக் குழந்தையை நடக்க வைப்பது போல.

அப்படி நம்மை நடமாட வைத்துக்கொண் டிருக்கும் அரசியலும் போராட்டங்களும்தான் நமக்கு முக்கியம். அந்த அரசியலில் சிலைகளும் முக்கியம். உலகம் முழுவதும் சிலைகளெல்லாம் வெறும் சிலைகள் அல்ல. சிலை என்பது அரசியல். சிலை என்பது அதிகாரத்தின் அடையாளம். சிலை என்பது வரலாறு. சிலை என்பது உண்மை.

ஒரு சிலையை நிறுவும்போது அதோடு சேர்ந்து ஒரு அரசியல் கொள்கையை நிறுவுகிறார்கள். ஒரு சிலையை நிறுவும்போது அதைச் சுற்றியுள்ள நூறடி நிலம் அந்த அரசியலுக்கும் கொள்கைக்கும் எழுதி வைக்காமலே சொந்தமாகிறது.

ஒரு சிலையின் பக்கத்தில் அதன் கொள்கையை வழிமொழியும் ஒருவன் எந்த ஆயுதமும் இன்றி பயமில்லாமல் நிற்கிறான். அந்த சிலை அவனுக்குக் கேடயமாக இருக்கிறது.

ஒவ்வொரு சிலையும் ஒவ்வொரு மாதிரி அடையாளப் படுத்தப்படுகிறது. அந்தச் சிலையை வேறு ஒரு ஊரிலிருந்து வந்த அந்த நாட்டிற்கும் ஊருக்கும் சம்பந்தமில்லாத ஒருவன் பார்க்கும்போது அந்தச் சிலையின் வடிவத்தை வைத்து அவன் அந்த ஊரைப் பற்றிய முக்கிய விஷயங்களைப் புரிந்து கொள்கிறான்.

அம்பேத்கர் கோட்டும் சூட்டும் போட்டுக்கொண்டு கையில் அரசியல் சாசனப் புத்தகத்தை வைத்துக்கொண்டு முன்னோக்கிக் கையை நீட்டிக்கொண்டிருக்கிறார். ஆமாம், "அரசியல் சாசனத்தைப் பிடித்துக்கொண்டு முன்னேறு" என்று அம்பேத்கர் சொல்லுவது தெள்ளத் தெளிவாகத் தெரிகிறது. அம்பேத்கர் கண்ணாடி அணிந்திருக்கிறார், அதிகம் படிப்பவராக இருக்கக்கூடும். நிமிர்ந்து நின்றுகொண்டிருக்கிறார், சுயமரியாதைக்காரர் என்று தெரிகிறது. நவீன உடை முன்னேற்றத்தின், மாற்றத்தின் அடையாளம்.

பெரியார், வயோதிக காலத்தில் கையில் தடியோடு கூனிக் குறுகி நிற்கவில்லை. மாறாக, நிமிர்ந்து நிற்கிறார். பார்த்தாலே தெரிகிறது தடி. எதிரில் வருபவர்கள் வம்பு செய்தால் தலையில் தட்டி நல்வழிப்படுத்துவதுபோல, ஒரு ஆசிரியர் போல நிற்கிறார் பெரியார்.

இப்படி ஒவ்வொரு சிலையும் ஒவ்வொரு மாதிரி. ஆனால் ஊருக்காக வாழ்ந்தவர்கள் சிலைகள் ஆகும்போது, கூடவே சில விஷச் செடிகளுக்கும் ஆங்காங்கே சிலைகள் முளைத்து விடுகின்றன.

ஆனால் அதுவும் நல்லதுதான். "இவன்தான் சாதி வெறியன், அவன்தான் மக்கள் சொத்து திருடி" என்று குழந்தைக்குச் சொல்லிக் கொடுக்கவும் அது உதவுகிறது.

ஒன்று தெரியுமா!? சாமி சிலைகளைவிட நமக்கு விடுதலை வாங்கிக் கொடுத்த பெரியார், அம்பேத்கர் போன்றோரின் சிலைகளுக்குத் தான் இங்கே அபாயங்கள் இருக்கின்றன. அவர்களின் சக்தி அப்படி.

சிலை என்பதே அரசியல். அதனால்தான் சிலைகளை வைத்து அரசியல் செய்கிறது பாஜக. பாசிச ஆட்சி ஒரு நாட்டில் அமையும்போது அவர்கள் முதலில் குறிவைப்பது சிலைகளைத்தான். தங்கள் எதிரியின் சிலை ஒன்று கீழே

வீழ்த்தப்படும்போது அவர்கள் குதூகலிக்கிறார்கள். அவர்கள் நிஜத்தில் அந்த அரசியலை வீழ்த்திவிட்டதாக நினைத்துக் கொள்கிறார்கள். அவர்கள் சிலைகளை வீழ்த்துவது அந்த இடத்தில் இருக்கும் அந்தச் சிலை சார்ந்த அரசியலையும் கொள்கைகளையும் வீழ்த்துவதுபோல. எதிரியின் சிலையை வீழ்த்துவது தன் அதிகாரத்தை அங்கே நிறுவுவதன் குறியீடு.

உணவு, மொழி என்று தங்களின் அதிகாரத்தை அவர்கள் செலுத்தப் பயன்படுத்தும் விஷயங்களில் சிலையும் ஒன்று. அதனால்தான் கடலின் நடுவே சிவாஜியின் சிலையை அத்தனை ஆயிரம் கோடிகள் செலவில் நிறுவுகிறார்கள். சிலை அரசியல் அதிகாரத்தின் முக்கிய அங்கம். பாகுபலி காட்சி நினைவிருக்கிறதா? அதேபோல்தான்.

பாஜகவின் சிலை அரசியல் மிகவும் அபாயகரமானது. இது கொடுங்கோல் சைக்கோ மன்னர்களின் யுக்தி. அப்படிப்பட்ட சைக்கோத்தனத்தின் உச்சத்தில் இருக்கிறது பாஜக. இன்று ராஜா சொன்னது ராஜாவினுடைய சொல் மட்டும் அல்ல, அது ஒட்டுமொத்த பாஜகவினருடையது. இந்த வன்மத்தை நாம் முளையிலேயே அதீத பலத்துடன் எதிர்க்க வேண்டும். இல்லையென்றால் இங்கே ஊர்களில் உள்ள, இவர்களுக்குப் பிடிக்காத பேச்சியின், கருப்பனின் சிலையைக்கூடத் தங்களின் ஆரிய வெறிக்காக இடிக்கத் துணிவார்கள்.

கடைசியில் இந்த ஒன்றை மட்டும் சொல்லிக்கொள்கிறேன். அம்பேத்கர் சிலைகளைத் தொடர்ச்சியாக அவமானப்படுத்தியதும் இதேபோன்ற சாதிய அரசியல் அதிகாரத்திற்காகத் தான். அப்போது அவரை ஏதோ ஒரு சாதிக் கட்சியின் தலைவர் போலக் கருதிய பெரும்பான்மைத் தமிழ்ச் சமூகம் அவரின் சிலையை அவமதிப்பதைத் தங்களுக்கு நேர்ந்த அவமானமாகக் கருதவில்லை. அந்தச் சமூகம் ஒன்றை மட்டும் புரிந்துகொள்ளட்டும்; இங்கே அம்பேத்கர் சிலையும் பெரியார் சிலையும் லெனின் சிலையும் தோற்றத்தில்தான்தான் வேறு வேறு, ஆனால் அவற்றின் மேல் இழைக்கப்படும் அநீதி சமூகநீதியை விரும்பாத ஒரே கும்பலிடம் இருந்துதான் நிகழ்த்தப்படுகிறது. இவைகளின் பின்னணியில் இருப்பது ஒரே அரசியல்தான்.

புரிந்துகொள்வோம், ஒன்றுபடுவோம்.

அடங்க மறுப்போம்.

49

பதினோராம் கட்டளை

இந்தியக் கிறிஸ்தவர்களிடையே ஒரு விஷயம் நூறாண்டு காலமாகப் பழக்கத்தில் இருக்கிறது.

வீட்டில் ஆணோ பெண்ணோ காதல் என்று வந்து சொன்னால் உடனே அவர்கள் எடுக்கும் அஸ்திரத்தின் பெயர் "கீழ்ப்படிதல்".

காதல் என்றாலே பெரும்பாலான வசதி படைத்த கிறிஸ்தவர்களுக்கு ஏதோ ஒரு வகையில் எரிச்சலை ஏற்படுத்துகிறது. காதல் என்றால் ஏதோ இயற்கைக்கு ஒவ்வாத ஒரு விஷயம்போல் அவர்களின் முகம் நெளியும். இங்கே சாதி, வசதி, தகுதி எல்லாம் இரண்டாம் பட்சம்தான். அவர்களைப் பொறுத்தவரையில் காதல் என்றாலே அருவருப்பான விஷயம். இதில் காமம் எல்லாம் கடவுளுக்கு எதிரான விஷயம். இதில் பலர் காமம், செக்ஸ் என்பதையெல்லாம் வெறும் பிள்ளை பெறும் தொழில்நுட்பமாகவே கருதி வாழ்ந்துகொண்டிருக்கிறார்கள்.

ஒருவர் காதலிக்கிறார் என்று சொன்னவுடன் "கடவுளுக்குப் பயப்படுமா. நீ பண்ணுறது தப்பு, எங்க பேச்ச கேளு, கீழ்ப்படியிற பிள்ளைகளதான் கடவுள் ரட்சிப்பாரு, நாங்க பாத்து வைக்குற பையன கட்டிக்கோ" என்று பிளாக்மெயில் செய்ய ஆரம்பிப்பார்கள்.

கடவுளுக்குக் கீழ்ப்படி, பெற்றவர்களுக்குக் கீழ்ப்படி, சர்ச் பாதருக்குக் கீழ்ப்படி. . . இப்படிப் படிப்படியாக அவர்கள் தனித்தன்மையை நசுக்குவார்கள்.

நான் கேட்கிறேன், நான் ஏன் கடவுளுக்குப் பயப்பட வேண்டும்? நான் என்ன திருடனா, உங்கள் கடவுள் என்ன போலீஸா? பயம் எப்படி பக்தியாகும்?

ஒரு ஆண் ஒரு பெண்மேல் வைத்திருக்கும் கட்டுக் கடங்காத அன்பு போலதானே பக்தி?

காதல், அன்பு. இதுதானே பக்தி?

கிறிஸ்தவர்களே, கடவுளுக்குப் பயப்படு என்று உங்கள் பிள்ளைகளுக்குக் கற்பிக்காதீர்கள். மாறாக, கடவுளை நேசி என்று சொல்லிக்கொடுங்கள். ஒருவருக்குப் பயந்து நான் ஒழுக்கமாயிருப்பது கேவலத்திலும் கேவலம். ஒருவர்பால் கொண்ட அன்பால் நான் அவருக்கு வலிகொடுக்காமல் இருக்கத் தவறு செய்யாதிருத்தல் மேன்மையிலும் மேன்மை.

அதுவும் இல்லாமல், எந்தக் கடவுள் உன்னைக் காதலிக்க வேண்டாம் என்று கட்டளையிட்டிருக்கிறார்? காதல், காமம் இரண்டையும் கரைபுரண்டோட வைக்கும் ஹார்மோன்களை உன் உடலில் வைத்திருக்கும் கடவுள் என்ன முட்டாளா?

உலகத்தில் உள்ள 90 சதவிகித கிறிஸ்தவர்கள் காதல் திருமணம்தான் செய்துகொள்கிறார்கள். இந்தியக் கிறிஸ்தவர்கள் மட்டும்தான் இன்னும் இந்த இயற்கைக்கு மாறான கூட்டிக் கொடுக்கும் வேலையான வரன் பார்த்துச் செய்யும் திருமணங்களை நடத்திக்கொண்டிருக்கிறார்கள்.

இதில் பக்திப் பழங்களாக ஊரை ஏமாற்றிக்கொண் டிருக்கும் *arranged Marriage* செய்த கிறிஸ்தவத் தற்குறிகள் காதலித்துத் திருமணம் செய்துகொள்பவர்களை ஏதோ பாவம் செய்தவர்கள்போல் இழிவாகப் பார்க்கும், பேசும்.

தனக்கான ஒரு துணையைத் தேடிக்கொள்ளத் துப்பில்லாத, ஜீவராசிகளான அவைகளைத்தான் நாம் எல்லோரும் கேவலமாகப் பார்க்க வேண்டும்.

எந்த மதத்திலும் இல்லாத ஒரு அழகு கிறிஸ்தவத்திற்கு உண்டு. அதன் புனித நூல் என்று சொல்லப்படும் பைபிளில் மட்டும்தான் “லவ்” என்கிற வார்த்தை 551 தடவை வருகிறது.

அன்பு, பாசம், நேசம் என்று நீங்கள் அந்த வார்த்தைக்கு ஆயிரம் அர்த்தம் சொன்னாலும். தோற்றம், வசதி, படிப்பு, மொழி, சாதி, இனம் போன்றவற்றைத் தாண்டி ஒருவர்மீது ஒருவர் கொள்ளும் காதலைத்தான் அது தீர்க்கமாகக் குறிப்பிடுகிறது. இதில் பெற்றோரின் கட்டளையைத் தாண்டி வரும் அன்பும் அடங்கும்.

தோழர் ஏசு தனக்கு எந்த உறவுமில்லாத மக்களுக்காக அரசாங்கத்திடம் கேள்வி கேட்டு அவர்களுக்காக உயிர் விட்டு உனக்கு என்ன சொல்லிக் கொடுத்துச் சென்றிருக்கிறார் என்பதை உணருங்கள் அற்ப விசுவாசிகளே.

உன் பெற்றோர் சொல்லி ஒருவர்மீது உனக்கு வரும் காதலுக்குப் பெயர் வேறு. நீயாய்ப் பார்த்து உணர்ந்து உனக்கு சம்பந்தமே இல்லாமல் இருக்கும் ஒருவர்மீது பொழியும் காதல் கடவுளைவிடப் பெரிது.

50

ரோகித் வெமுலாக்கள் வாழும் வல்லரசு

Hidden Figures என்றொரு ஆங்கிலப் படம். உண்மைச் சம்பவங்களைக் கதையாகக் கொண்டது.

1961. அமெரிக்காவில் கறுப்பின மக்களின் உரிமைப் போராட்டம் (Civil rights war) உச்சக் கட்டத்தில் இருந்த நேரம். கறுப்பின வெறுப்பும் உச்சத்தில் இருந்த நேரம். மூன்று கறுப்பினப் பெண்கள் நாசாவில் சேருகிறார்கள்.

ரஷ்யாவுக்கும் அமெரிக்காவுக்கும் யார் வல்லரசு என்று தீவிரமாக "விண்வெளிப் பந்தயம்" நடந்துகொண்டிருக்கும் காலம் அது. ரஷ்யா விண்வெளிக்கு மனிதனோடு விண்கலத்தை அனுப்பி வெற்றி கண்டிருந்த நேரம். அமெரிக்காவின் முயற்சிகள் தொடர் தோல்வியில் முடிகின்றன.

அந்த மூன்று கறுப்பினப் பெண்களில் ஒருத்தி கணித மேதை – கேத்தரின். ஒருத்தி பொறியியல் அறிவாளி – மேரி. இன்னொருத்தி வானியல் கணக்குகளைக் கையாலேயே போடும் கறுப்பினப் பெண்களுக்குச் சூப்பர்வைசர் – டாரத்தி.

அமெரிக்காவின் ஆள் தாங்கிய விண்வெளிப் பயணத்தை வெற்றிகரமாக ஆக்குவதற்கு கேத்தரின், மேரி ஆகியோரின் உதவி தேவைப்படுகிறது. முழுதும் வெள்ளையர்கள் இருக்கும் குழுக்களில் அவர்கள் இணைக்கப்படுகிறார்கள்.

அந்தக் குழுக்களிலேயே அவர்கள் சிறந்து விளங்குகிறார்கள். வெள்ளையர்களைவிட எல்லா விதங்களிலும் அவர்கள் தேர்ந்தவர்களாக இருக்கிறார்கள்.

அதுவரை கறுப்பின மக்களுக்கென இருக்கும் தனிக் கழிவறை, தனிக் குடிநீர் போன்ற நிறப் பாகுபாடு சம்பந்தப்பட்ட விஷயங்களை எதிர்த்து கேத்தரின் கேள்வி கேட்கிறார். காலம் காலமாக இருந்து வந்த இனப் பாகுபாடு கட்டமைப்புகள் அத்தனையையும் அவருக்காக அவரின் வெள்ளைக்கார முதலாளியே அடித்து நொறுக்குகிறார். நாசாவை இனப் பாகுபாடற்ற சமத்துவப் பணியிடமாய் மாற்றுகிறார், நாசா வரலாற்றில் முதல்முறையாக.

மேரி விண்கல வடிவமைப்பில் பங்கேற்க அவருக்குப் பொறியியல் பட்டம், அதுவும் வெள்ளையர்களால் நடத்தப் பட்டுக் கறுப்பினத்தவர் நுழையக்கூட முடியாத ஒரு பல்கழலைக் கழகத்திலிருந்து, வேண்டும் என நிர்ப்பந்திக்கப்படுகிறது. விஷயத்தை நீதிமன்றத்திற்கு எடுத்துச்செல்கிறார். வெள்ளை நீதிபதியிடம் நாசாவில் தன் பங்கு எவ்வளவு முக்கியம், அமெரிக்காவின் முன்னேற்றத்திற்குத் தான் எவ்வளவு முக்கியம் என்று வாதிடுகிறார். அதுவரை பெண்களுக்கும் கறுப்பினத் தவருக்கும் அனுமதியளிக்காத விர்ஜினியா பல்கலைக்கழகத்தில் முதல்முறையாக அவருக்கு இடம் கிடைக்கிறது. வரலாற்றில் முதல்முறையாக.

முதல்முறையாக முதல் தலைமுறை இயந்திர கம்ப்யூட்டர் ஒன்றை நாசா வாங்குகிறது. ஆனால் அதை இயக்க யாருக்கும் தெரியவில்லை. டாரத்தி அதை வேலை செய்ய வைக்க முயற்சிக்கிறார். கறுப்பினத்தவரான அவருக்கு அங்கே செல்ல அனுமதி இல்லை. இருந்தும் யாருக்கும் தெரியாமல் அதைச் சரியாக இயக்குகிறார். அப்படியே அதன் ப்ரோக்ராமிங் பற்றிக் கற்றுக்கொள்ளத் தொடங்குகிறார். அப்போது இருந்த அமெரிக்காவில் பொதுநூலகத்தில்கூடக் கறுப்பினத்தவருக்குச் சில முக்கியப் புத்தகங்களைப் படிக்க அனுமதி இல்லை. டாரத்தி அந்தப் புத்தகங்களைத் திருடிப் படித்து ப்ரோக்ராமிங் அறிவில் தேர்ச்சி பெறுகிறார். தனக்குக் கீழ் வேலை செய்யும் அத்தனைக் கறுப்பினப் பெண்களுக்கும் பயிற்சி அளிக்கிறார். இதனைக் கண்டுபிடித்தவுடன் நாசா டாரத்தியை கம்ப்யூட்டர் துறைக்கு சூப்பர்வைசர் ஆக்குகிறது. அந்தப் பெண்களையும் அந்தத் துறையில் நிரந்தரப் பணியாளர் ஆக்குகிறது. வரலாற்றில் முதல் முறையாக.

இந்த மூன்று கறுப்பினப் பெண்களின் உதவியோடு நாசா தன் முதல் ஆள் கொண்ட விண்வெளிப் பயணத்தை வெற்றிகரமாய் முடிக்கிறது. வரலாற்றில் முதல்முறையாக.

1. இங்கே... இங்கேதான் ஒரு முக்கியமான விஷயத்தை நாம் கவனிக்க வேண்டும்.

அமெரிக்காவின் கறுப்பினப் பாகுபாடு கொடுமைகள் பற்றி உலகம் அறியாதது அல்ல. ஆனால்... தன் நாடு, முன்னேற்றம் என்று வந்தபோது காலம் காலமாகத் தாங்கள் தொடர்ந்துவரும் பழக்கங்களையும், சமூதாயக் கட்டமைப்புகளையும், இன வெறுப்புகளையும் ஒரே நாளில், ஒரே நொடியில் நொறுக்கித் தள்ளுகிறார்கள் அமெரிக்கர்கள். அவர்களைப் பொறுத்தவரை நாடு முன்னேற வேண்டும் அதற்குத் தடையாக இருக்கும் எதுவாக இருப்பினும், அது இனவெறி என்றால்கூட அதைத் தூக்கிப் போட்டுச் செல்ல வேண்டும் என்பது.

இதற்குப் பெயர்தான் நாட்டுப் பற்று. ஆனால் இந்தியாவிலோ இயற்கையில் இல்லாத சாதி என்கிற ஒரு செயற்கை விஷயத்தை வைத்துக்கொண்டு, மதம் என்கிற விஷ செடியை வளர்க்க அப்பாவிகளின் ரத்தத்தை ஊற்றி அதற்கு நாட்டுப்பற்று என்று பெயர் வைத்துக்கொண்டிருக்கிறார்கள். நாடு எக்கேடு கேட்டாலும் பரவாயில்லை, நாங்கள் மற்ற சமூகத்தை வளரவிட மாட்டோம். அவர்கள் வாழ்வுநிலையை மாற்ற மாட்டோம் என்கிற வெறி இன்று அதிகம் இந்தியர்களிடையே காணப்படுகிறது. இது எப்படி நாட்டுப் பற்றாகும்? தங்களுக்குள் இருக்கும் வேறுபாடுகளைக் கடந்து நாட்டை தொழில், விவசாயம், அறிவியல் என்று முன்னிலையில் எடுத்துச் செல்லும் மனம் இந்தியர்களுக்கு இல்லை.

தேசியக் கோடி என்கிற ஒரு மூன்று மீட்டர் துணிக்கு இருக்கும் மரியாதை இந்தியாவில் 5 அடி மனிதனுக்கு இல்லை. தேசிய கீதத்திற்கு மயங்கிய தேச பக்தர்களின் காதுக்குப் பல லட்சம் மக்களின் கூக்குரல் கேட்பதில்லை. இந்தியாவில் நாட்டுப்பற்று எல்லாம் ஒரு போலி வேஷம் மட்டுமே.

2. இங்கே இரண்டாவது மிக மிக மிக முக்கியமான விஷயம் ஒன்றையும் கவனிக்க வேண்டும்.

ரோஹித் வெமுலாக்களும், முத்துகிருஷ்ணன்களும் ஏன் தற்கொலைக்குத் தூண்டப்பட்டார்கள் தெரியுமா?

இட ஒதுக்கீட்டிற்கு எதிரான தற்போதைய வலிமையான கோஷங்கள் எதற்குத் தெரியுமா?

IIT உள்ளிட்ட அரசின் உயர்கல்வி நிலையங்களில் இடஒதுக்கீடு மாணவர்கள் அசிங்கப்படுத்தப்படுவது எதற்குத் தெரியுமா?

IIT, IIM போன்ற அரசு உயர்கல்வி நிறுவனங்களில் முக்கியப் பதவிகளிலும் பேராசிரியர்களாகவும் தலித்துகளுக்குச் சொற்ப எண்ணிக்கைகளில் இருப்பது ஏன் என்று தெரியுமா?

இந்த நாட்டின் முன்னேற்றத்தில் இவர்களின் பங்கு இருக்கக் கூடாதென்கின்ற எண்ணம்தான் அது.

கறுப்பர்கள் துணையோடு நாசாவில் வெற்றி கண்ட அமெரிக்கா அதை வெளியில் சொல்லிக்கொள்ள வெட்கப் படவில்லை. ஆனால் உயர்சாதி இந்தியர்களுக்கு அது சாத்திய மில்லை. நாடு நாசமாய் போனாலும் பரவாயில்லை, ஆனால் ஒரு தலித் அறிவாளி என்று அவர்களால் ஏற்றுக்கொள்ள முடியாது.

அது மட்டுமல்லாது நாட்டை முன்னேற்றும் பெரும் பணிகளில் ஒடுக்கப்பட்டவர்கள் அதிக அளவில் பங்கேற்கும் போது அதுவரை இருந்த சமூகக் கட்டுப்பாடுகளையும் சாதிக் கட்டமைப்புகளையும் களைய வேண்டிவரும். ஒடுக்கப் பட்டவர்களின் திறமையைப் பற்றிய பொது புத்தியைப் பொய்யாய் ஆக்க வேண்டி வரும். அவர்களுக்கு இரத்தினக் கம்பள வரவேற்பு கொடுக்க வேண்டி வரும்.

இந்தச் சுயநலத்திற்காகத்தான் ரோஹித் வெமுலாக்கள் கொல்லப்பட்டார்கள்.

இந்தச் சுயநலத்தினால்தான் ஆதி திராவிடப் பள்ளிகள் கொளுத்தப்பட்டன.

இந்த '*Hidden Figures*' திரைப்படம் ஒன்றை நன்றாக உணர்த்துகிறது.

நாடு முன்னேற வேண்டுமாயின் அந்த நாட்டின் மக்களிடையே சமத்துவம் கட்டாயமாகிறது. மனிதர்களிடையே காட்டப்படும் அன்பிற்கும் நாட்டின் மீதுள்ள அன்பிற்கும் வேறுபாடு இல்லை.

ஒரு நாடு வல்லரசாகக் கனவு காணத் தேவையில்லை. ஒவ்வொருவரும் தன்னைச் சுற்றியுள்ள மனிதர்களைச் சமமாக நினைத்துச் சமமாக நடத்தினால் போதும்; நாடு தானே வல்லரசாகும்.

51

எனக்கு சில ஜூலிகளைத் தெரியும்

ஜூலிகள் பெரும்பாலும் நர்சுகளாகவோ, ரிஷப்சனிஸ்ட்டுகளாகவோ, இல்லையெனில் பிரைமரி ஸ்கூல் டீச்சர் ஆகவோ இருந்தார்கள்.

ஜூலிகள் வெகுளியாக இருந்தார்கள். ஆனாலும் பதினாறு வயதினிலே ஸ்ரீதேவி போல் தங்களைச் சாமர்த்தியசாலிகளாய்க் காட்டிக் கொள்ளப் பிரயத்தனப்பட்டார்கள்.

ஜூலிகள் சின்னக் கோடுமல்ல, பெரிய கோடு மல்ல. மாறாக, ஜூலிகள் நடுவில் ஒரு கோடாய் இருந்தார்கள்.

ஜூலிகள் நடுத்தர வர்க்கத்தைச் சேர்ந்தவர் களாக இருந்தார்கள். லெக்கின்ஸையும் குர்தாக்களையும் மிக்ஸ் அண்ட் மேட்ச் முறையில் அணிந்தார்கள்.

ஜூலிகளுக்கு மேக்அப் பிடிக்கும். ஆனால் ஏதோ சில காரணங்களுக்காக லிப்ஸ்டிக் போட்டு, கண்ணாடியில் பார்த்து அழித்துவிடுவார்கள்.

ஜூலிகள் அடிக்கடி தங்களைக் கண்ணாடியில் பார்த்துக்கொள்ளும் பழக்கமுடையவர்களாய் இருந்தார்கள்.

ஜூலிகள் புலித்தோல் போர்த்திய பசுக்களாய் இருந்தார்கள்.

நர்ஸ் ஜூலியைப் பார்க்க, வராத நோயை வரவழைத்துக் கொண்டு, ஆஸ்பத்திரி போனார்கள் சிலர். ரிசப்சனிஸ்ட் ஜூலியிடம் பேசும் நோக்கில் தங்களை விற்றுத் தீர்ந்தார்கள் சேல்ஸ்மேன்கள்.

ஜூலி டீச்சரைப் பார்க்க வேண்டியே தங்கள் பிள்ளைகளின் ஹோம் ஒர்க் நோட்டை ஒளித்துவைத்தார்கள் சில அப்பாக்கள்.

ஜூலிகள் பேரழகிகளாய் இருக்கவில்லை, ஜூலிகள்மேல் காதல் வர அவர்கள் பெயர் ஒன்றே போதுமானதாய் இருந்தது.

ஜூலிகள் தங்களின் பெயருக்காகவே காதலிக்கப் பட்டார்கள், காமப் பொருட்களாய்ப் பார்க்கப்பட்டார்கள், சக தோழிகளால் வெறுக்கப்பட்டார்கள், வஞ்சிக்கப்பட்டார்கள்.

ஜூலிகள் யாரையும் காதலிக்கவில்லை ஆனால் எல்லோரும் தங்களைக் காதலிக்க வேண்டும் என்று மனதுக்குள் ரகசியமாய் வேண்டிக்கொண்டார்கள்.

ஜூலிகள் எப்போதுமே வீட்டில் பார்க்கும் கவர்ன்மென்ட் வேலை செய்யும் மாப்பிள்ளைகளையே கல்யாணம் கட்டிக் கொண்டார்கள்.

ஜூலிகளுக்காகச் சிலுவையைக் கழுத்தில் அணிந்த எதிர்வீட்டு சரவணனும், மாதாகோயிலுக்குச் சனிக்கிழமை யானால் மணமுடிக்க மெழுகுவத்தி ஏற்றிய குமாரும் ஜூலிகளின் திருமணத்தில் தவறாமல் கலந்துகொண்டார்கள். கடைசிவரை ஜூலிகள் அவர்களை வாய் நிறைய 'அண்ணா' என்று அழைத்துக்கொண்டிருந்தார்கள்.

ஜூலிகள் தங்களுக்குப் பிறக்கும் குழந்தைக்கு நல்ல தமிழ்ப் பெயர்களைத் தேடினார்கள்.

மேற்கில் ஏதோ ஒரு நாட்டில் எங்கோ ஒரு பல்கலைக் கழகத்தில் ஒரு யூத மனோதத்துவ ஆராய்ச்சியாளன் தான் புதிதாய்க் கண்டுபிடித்த ஒரு மனநோய்க்கு 'ஜூலி' என்று பெயரிட்டுக்கொண்டிருந்தான்.

52

34 வயதினிலே

முப்பதுக்குப் பின் வாழ்க்கை இருக்கிறதா?

இந்தியாவின் பெண்களை அதிகம் யோசிக்க வைக்கும் கேள்வி இது. திருமணம் ஆன உடனேயே 25 வயதுப் பெண்ணாகயிருந்தாலும் ஆண்ட்டி என்று கிண்டலடித்துச் சிரிக்கும் சமூகம், கணவன் குழந்தைக்குப் பின் தனக்கென விருப்பு வெறுப்பு களை அமைத்துக்கொள்ள முடியாத குடும்ப முறை, தன்மேல் சுமத்தப்படும் புனிதம் எனப்படும் முள்முடி, "மனசுல என்ன சின்ன பொண்ணுன்னு நெனப்பா" என்று எடுத்த அடிதோறும் கேள்வி கேட்கும் உறவுகள். என்னைக் கேட்டால் இந்தியப் பெண்களை அதிகம் அச்சுறுத்துவது மார்பகப் புற்றுநோயோ, கர்ப்பப்பை புற்றுநோயோ அல்ல. மாறாக, 30 வயதுக்குமேல் தங்கள் நிலை என்ன என்கிற கேள்விதான் அது.

நேற்று:

எனக்கு 22 வயதில் திருமணம் நடந்தது. குடும்ப வன்முறையில் மாட்டிக்கொண்டு, உடலில் எலும்புகள் உடைந்து, வீங்கிய முகத்தோடு வேலைக்குச் செல்ல முடியாத நிலையில் பன்னாட்டு நிறுவனப் பணியைத் துறந்து, தூக்க மாத்திரை சகிதம் தினங்களைக் கடந்து வாழ்ந்தபோதிலும் விவாகரத்து என்கிற ஒரு விஷயத்தை என் மனது ஏற்கவில்லை.

அடிபட்டு உடம்பில் ரத்தம் வழிந்தாலும், விவாகரத்து ஆனால் சமூதாயம் என்ன சொல்லும்

என்கிற ஒற்றை எண்ணம் மட்டுமே என்னைக் கட்டுப்படுத்திக் கொண்டிருந்தது. என் வாழ்க்கையின் சந்தோஷத்தை எல்லாம் சமூகப் பார்வை என்கிற ஒரு உப்பு சப்பில்லாத விஷயத்திற்காகத் தியாகம் செய்தது எனது 22 வயது. 23 வயதில் விவாகரத்து, தற்கொலை முயற்சி என்று வாழ்வின் அத்தனை இருட்டுப் பள்ளத்தாக்குகளையும் ஒரே நேரத்தில் தனியே கடக்க வேண்டிய கட்டாயம். கடந்தேன். வேறு வழி கிடையாது.

எந்தச் சமூகப் பார்வைக்குப் பயந்தேனோ அது ஐந்து தலை நாகமாய் செல்லுமிடம் எங்கும் வழிமறித்து ஆர்ப்பரித்தது. பயந்தேன், வெட்கினேன், வீட்டுக்குள் ஒளிந்துகொண்டேன். வாழ்வின் கதையை யாரிடமும் சொல்லத் தயங்கினேன். அப்படியே கதை கேட்போர் எல்லோரும் நீதிபதிகளாக மாறிப் போனார்கள். என் ஆடைகளைக் குறை கூறினார்கள், முழுவதும் மூடிக்கொண்டேன். எனக்குக் கெட்டிக்காரத்தனம் பத்தவில்லை என்று பழியுரைத்தார்கள், அவர்களின் கணவர்களிடம் அடி வாங்கிக்கொண்டே. நீ என்ன செய்ததால் அவன் இப்படிச் செய்தான் என்று துப்பறிந்தார்கள். உண்மையை அடித்துச் சொல்லிச் சொல்லி அயர்ந்துபோனேன். உறவினர்கள் தவிர்க்கத் தொடங்கினார்கள், நண்பர்கள் விலகிப் போனார்கள். அழைப்பிதழ்கள் என் வீடு தேடி வராமல் போனது.

23 வயதில் அத்தனையும் முடிந்ததென நம்பத் தொடங்கியிருந்தேன்.

இன்று:

எனது வயது 34.

உங்களுக்கு என்ன தோன்றுகிறது? இவளின் வாழ்வு இப்போது எப்படி இருக்கும்? அழுது அழுது தோற்றத்தில் 34க்கும் அதிக வயதாய் இருக்குமோ? வயதின் தாக்கத்தில் இடுப்பு பெருத்து, கண்களின்கீழ் பள்ளமாகி அதிக முதிர்ச்சியாய் இருப்பாளோ? டிவி சீரியல்களின் வழி வாழ்வை, அற்புதத் தருணங்களை தவறவிட்டுக் கொண்டிருப்பாளோ? ஏதோ ஒரு அலுவலகத்தில், மாத சம்பளத்தில் வாழ்க்கையை ஓட்டிக்கொண்டிருப்பாளோ? லெக்கின்ஸுக்குப் பொருத்தமாகத் துப்பட்டாக்களை வாங்கித் தன்னை மூடிக்கொண்டிருப்பாளோ? ஆண்களையெல்லாம் வெறுத்து, அவர்களிடம் பேசப் பயந்து பெண் நம்பர்கள் துணையோடு மற்ற பெண்களைப் பற்றிப் புறம் பேசிக் கொண்டிருப்பாளோ? யாரோ ஒரு ஆண் தன்னை மீட்க வருவான் என்கிற கனவில் ஆழ்ந்திருப்பாளோ?

வடசென்னைக்காரி

நீங்கள் இவ்வாறு சிந்தித்துக்கொண்டிருந்தால் இதோ உங்களுக்கு சுவாரஸ்யமான பல அதிர்ச்சிகளைத் தரவிருக்கி றேன்.

என் வாழ்வைப் போல் ஒரு கொண்டாட்டம் இவ்வுலகில் இல்லை. சந்தோஷம், ஆர்ப்பாட்டம் என்று சக்கைப் போடு போட்டுக் கொண்டிருக்கிறது வாழ்க்கை இந்த 34 வயதில்.

ஆனால் நீங்கள் நம்பித்தான் ஆக வேண்டும். என் மீது திணிக்கப்பட்ட, எனக்குத் துளியும் விருப்பமில்லாத எனது விவாகரத்துதான் என் வாழ்க்கையின் ரட்சிப்பாக அமைந்தது.

என் விவாகரத்து என்னை மீட்டது, எனக்கு மறுவாழ்வளித்தது. எனது வாழ்வின் நோக்கத்தை, குறிக்கோளை எனக்கு மறுசீரமைத்துக் கொடுத்தது. பலரின் வாழ்வை என் கைகளால் சீரமைக்கும் வாய்ப்பைக் கொடுத்தது.

நான் அடிக்கடி சொல்வேன்: "உலகில் பிரச்சினைகளால் கஷ்டப்படுவோரைப் போல் அதிர்ஷ்டசாலிகள் யாரும் கிடையாது" என்று. ஆமாம், பிரச்சினைகள் நமது ரகசிய ஆயுதங்கள். பிரச்சினைகள், துன்பங்கள், இடர்கள் அத்தனையும் நம்மைப் பலப்படுத்தி சரியான பாதையில் நம்மை நகர்த்திக் கொண்டு போகும் வாழ்வின் ஆசீர்வாதங்கள்.

விவாகரத்துக்குப் பின் ஓடினேன். ஒரு இயந்திரத்தைப் போல், IT வேலை, பணத் தேடல் என்று உணர்வுகள் மறந்து போன ஒரு பிளாஸ்டிக் பொம்மையைப் போல்தான் நான் வாழ்ந்துகொண்டிருந்தேன். அப்படிப்பட்ட வாழ்க்கையில் திருப்புமுனையாக வந்தது ஒரு சந்திப்பு. அமெரிக்காவின் தொலைதூரக் கல்வி வழியாகச் சமூக உளவியல் படித்துக் கொண்டிருந்தபோது ஒரு ஆராய்ச்சிப் பயிற்சிக்காகச் சமூகத்தில் பாதிக்கப்பட்ட ஒரு குழுவினரிடம் வேலை செய்யும்படி ஆசிரியர் கேட்டுக்கொண்டார். நானும் திரும்பிப் பார்த்தேன். சமூகத்தில் பாதிக்கப்பட்டவர்கள்தான் எத்தனை எத்தனை பேர்!!! சற்றுத் திடுக்கிட்டுதான் போனேன். யாரைத் தேர்ந்தெடுப்பது? இங்கே உதவிக்காக நீண்ட கைகள் லட்சோப லட்சமாக இருந்தது. யார் கையைப் பிடிப்பது? குழம்பிப்போய் யோசித்தேன்.

அந்த ஆராய்ச்சி, மனிதர்களின் இரக்கத்தை அடிப்படை யாகக் கொண்ட ஒன்றாக இருந்தது. என்னைச் சுற்றி ஆதரவற்ற குழந்தைகள், மாற்றுத் திறனாளிகள், துப்புரவுத் தொழிலாளர்கள் என்று இருந்தனர். எல்லோருக்கும் உதவி கிடைக்கவில்லை என்றாலும் ஒரு துளி இரக்கமாவது கிடைத்திருந்தது. ஆனால்

அந்த இரக்கம்கூட மறுதலிக்கப்பட்டவர்களாய் இருந்தார்கள் திருநங்கைகள். தாங்கள் செய்யாத குற்றத்திற்காகக் காலம் காலமாய் தண்டிக்கப்பட்டு, ஒதுக்கப்பட்டு, அருவருக்கப்பட்டுக் கிடந்தார்கள் அவர்கள். செய்யாத தவறுக்காக இதேதான் எனக்கும் நடந்திருந்தது. யோசித்தே ஒரே கணம் முடிவு செய்தேன். வேலை செய்தால் இவர்களோடுதான். எங்கே இரக்கம் மறுக்கப்படுகிறதோ அங்கே இரக்கம் காட்டுவதைவிட வேறு சிறந்த செயல் என்ன இருக்க முடியும்?

ஆனால் நடந்த கதை வேறு.

யாருக்கு ஆறுதலாய் இருக்க நான் நினைத்தேனோ அவர்களே எனக்கு மாறுதலாகிப் போனதுதான் நெகிழ்ச்சியான விஷயம்.

அத்தனை நடந்தும் அவர்களுக்குள் தாழ்வு மனப்பான்மை இல்லை. அத்தனை கேலி கிண்டல்களுக்கு நடுவிலும் அவர்கள் எப்பாடு பட்டாவது வாழ்ந்துகொண்டிருந்தார்கள். அவர்களுக்கு வாழ்வது முக்கியமாக இருந்தது. திருநங்கைகள் என்ன நடந்தாலும் தற்கொலை செய்துகொள்வதில்லை. மாறாக, அவர்கள் துணிச்சலோடு வாழ்வாதாரத்தைத் தேடிக் கொண்டார்கள். ஏதாவது செய்து அவர்கள் வாழ்ந்தார்கள். சீவிச் சிங்காரித்துக்கொண்டார்கள். 24 மணிநேரமும் தங்கள் உடலைப் பேணி, ஒப்பனை செய்து, நேர்த்தியாக உடையணிந்தார்கள். அத்தனையும் அவ்வளவு அழகு. அவர்கள் வாழ்வில் ஆயிரம் துன்பம் இருந்தாலும், அவர்கள் வாயிலிருந்து வந்த வார்த்தைகள் நம்பிக்கையின் ஊற்றாகவே இருந்தன. ஆம், திருநங்கைகள் என் வாழ்வை மாற்றினார்கள்.

அந்த ஆராய்ச்சிப் பணியின் முடிவில் உலகம் முழுவதும் 3800 பேர் சமர்ப்பித்த ஆய்வில் ஸ்டான்போர்ட் பல்கலைக்கழகம் நடத்திய போட்டியில் எனக்கு மூன்றாம் இடம் கிடைத்தது. அதுவும் நான் சிறுவயது முதலே ரசித்துவந்த மானுடவியலாளர் ஜேன் குடால் கைகளால் விருதும் கிடைத்தது. யார் சொன்னது, சிறு வயதுக் கனவுகள் காலம் கடந்து நிறைவேறாது என்று? அப்போது எனக்கு வயது 31.

31 வயதில் சமூகப் பணிகளில் என்னை மிகவும் தீவிரமாக ஈடுபடுத்திக்கொண்டேன். வடசென்னை பற்றிய ஆய்வுகள், அங்கே குழந்தைகளோடு பணிகள் என்று ஒரு புது இன்னிங்ஸைத் தொடங்கினேன். என் வயது என்னைத் தடுக்க வில்லை. எந்த வயதில் அன்பு செய்தாலும் ஏற்றுக்கொள்ள உயிர்கள் இருக்கின்றன. அன்பு செய்யவும், பெறவும் வயது தடை இல்லை.

அடுத்து வந்த புயல்.

2015 டிசம்பர் மாதப் புயல் பெரு வெள்ளம், வாழ்க்கையின் மற்றுமொரு முகத்தை எனக்குக் காண்பித்தது. என்னைச் சுற்றியும் பசியில் கதறிய மக்கள், வெள்ளத்தில் மிதந்து சென்ற சடலங்கள், சேறு நிரம்பிய வடசென்னை வீடுகள், உயிருக்கு ஆபத்தான நிலையில் நாங்கள் மேற்கொண்ட பணிகள் இவையெல்லாம் ஒன்றை உணர்த்திவிட்டுப் போனது. வாழ்வில் எதுவுமே நிரந்தரம் அல்ல. ஒரே வாழ்க்கை; ஒரே வாய்ப்பு. அந்த ஒரே வாழ்க்கையை சந்தோஷமாகவோ இல்லை வெறுமையாகவோ மாற்றும் மந்திரக்கோல் நம் கையில்.

வாழ்வின் கடைசி நிமிடம் கேட்கும், "நீ என்ன செய்தாய் உனக்காக?" ஆயிரம் வாழ்க்கையை மாற்றினாலும், ஆயிரம் மனிதர்களுக்கு உதவினாலும் நமக்காக நாம் என்ன செய்து கொண்டோம் என்கிற கேள்வி கடைசியில் மிஞ்சும். அந்தக் கேள்விக்கு என்ன பதிலளிப்பது? வாழ்க்கையை மாற்ற ஒரு புயல் தேவைதான் நமக்கு.

அந்தப் புயல் விட்டுச் சென்ற கேள்விக்குப் பதிலாய் எட்டு வருடங்கள் செய்துவந்த வேலையை உதறித் தள்ளினேன். அப்போது எனக்கு வயது 32.

பன்னிரண்டு வருடங்களாக எந்தக் கனவை சமூகத்திற்குப் பயந்து, வயதிற்குப் பயந்து ஒளித்து வைத்திருந்தேனோ அந்தக் கனவைத் தூசி தட்டிப் புதுப்பித்தேன். எழுத ஆரம்பித்தேன்.

எழுத்து எனக்கு வேறு ஒரு உலகத்தை அறிமுகப்படுத்தியது, எழுத்து என் வயதை ரப்பர் வைத்து அழித்தது. எழுத்து எனக்கு அறிமுகப்படுத்திய உலகத்தில் பால் பேதங்கள், வயது வித்தியாசங்கள் இல்லை. எழுத்து என்னை உயிர்த்தெழ வைத்தது.

இப்போது எனக்கு 34 வயது. ஆம், இதைத் திரும்பத் திரும்பச் சொல்வேன். இதைச் சொல்வதில் எனக்கு எந்தவித வெட்கமோ அச்சமோ இல்லை. 23 வயதின் அறியாமை இருள் இந்த 34 வயதில் இல்லை. 23இல் இல்லாத பக்குவமும், அனுபவம் சார்ந்த அறிவும் நிறைந்திருக்கிறது இந்த முப்பத்திநான்கில்.

இப்போது நான் ஒரு எழுத்தாளர். எனது முதல் புத்தகத்தைப் பதிப்பிக்கப்போகிறேன். ஆம் எனக்கு வயது 34.

வடசென்னையைப் பற்றி ஒரு ஆவணப் படத்தை எடுத்துக்கொண்டிருக்கிறேன் – எனக்கு வயது 34.

பெண் தலைமை, பெண்களுக்கு எதிரான வன்முறைகளைப் பற்றிய விழிப்புணர்வு வகுப்புகளைக் கிராமங்களில் எடுத்து வருகிறேன் – எனக்கு வயது 34.

தொலைக்காட்சி நிகழ்ச்சிகளில் கலந்துகொள்கிறேன் – எனக்கு வயது 34.

சமுகநீதி களச்செயல்பாட்டாளராக இருக்கிறேன் – எனக்கு வயது 34.

கல்லூரி மாணவர்களிடையே சமூகநீதி, சுயவூக்கம் ஆகிய சிந்தனைகளை எடுத்துச் செல்லும் பேச்சாளாராக இருக்கிறேன் – எனக்கு வயது 34.

எனக்குப் பிடித்த உடைகளை (குட்டைப் பாவாடை, ஷார்ட்ஸ் எது வேண்டுமானாலும்) யாருக்கும் பயப்படாமல் உடுத்துகிறேன் – எனக்கு வயது 34.

சாலைகளில் வசீகரமான ஆண்களை ரசிக்கிறேன் – எனக்கு வயது 34.

மழையில் நனைகிறேன், தனியே பிடித்த இடங்களில் சுற்றி வருகிறேன் – எனக்கு வயது 34.

பிடித்த வைனை இரவில் கசல் பாடல்களோடும், மஞ்சள் வெளிச்சங்களோடும், ரூமி கவிதைகளோடும் ருசிக்கிறேன் – எனக்கு வயது 34.

பார்ட்டிகளில் கலந்துகொள்கிறேன், பகுத்தறிவுப் பாசறைகளிலும் கலந்துகொள்கிறேன் – எனக்கு வயது 34.

மூன்றுக்கும் மேற்பட்ட பத்திரிகைகளில் எழுதிக் கொண்டிருக்கிறேன் – எனக்கு வயது 34.

உடற்பயிற்சிக் கூடத்தில் 50 கிலோ எடையை அசாதாரணமாகத் தூக்குகிறேன் – எனது வயது 34.

புதிதாக ஒரு வேலை, இந்தியா முழுக்கத் தனியாகப் பயணம் – எனக்கு வயது 34.

எனக்குப் பிடித்த ஆணை நானே தேர்வுசெய்து அடுத்த மாதம் திருமணமும் செய்துகொள்ளப்போகிறேன் – எனக்கு வயது 34.

மேற்சொன்ன எல்லாவற்றையும் நான் செய்யத் தொடங்கும் போது நான் முப்பதைக் கடந்திருந்தேன். என்னைக் கிண்டல் செய்தார்கள், பயமுறுத்தினார்கள், தடை விதித்தார்கள்.

திமிறி அடித்தேன், என் வாழ்க்கையை வாழ்கிறேன். இதோ இப்போது அவர்களே என் பின்னால் ஓடி வருகிறார்கள், ரசிக்கிறார்கள், அவர்கள் குழந்தைகளிடம் என்னைப் போல் ஆக வேண்டும் என்று சொல்லித் தருகிறார்கள்.

ஆகவே கனவுகளை உறங்கவிட்ட என் பெண்களே, உங்களுக்கு மெய்யாகவே சொல்கிறேன். வயது எதற்குமே தடை இல்லை. இங்கே தடையாக இருப்பது சமூகத்தின் போலிக் கட்டுப்பாடுகளும் மற்றவர்கள் முன்னேற்றத்தில் பொறாமை கொள்ளும் போலி மனிதர்களுமேதான்.

எனவே இனி உங்களை ஆண்ட்டி என்று யார் சொன்னாலும் அவர்களைப் பரிதாபமாகப் பாருங்கள். வயது வருடங்களில் இல்லை, மனதில் இருக்கிறது என்கிற உண்மை அறியாத இளவயதுக்காரர்களாக அவர்கள் இருக்கலாம். 20 வயதுக் கிழமாய் இருப்பதை விட 34 வயது இளமைப் பெட்டகமாய் இருப்பதுபற்றி அவர்களின் கடைசி நிமிடத்தில் அவர்களுக்குப் புரியவரும். நீங்கள் அந்த 30 வயதின் வசீகரப் புன்னகையோடு வாழ ஆரம்பியுங்கள்.

குமுதம், 4—10—2017

53

நடராசன் – தாளமுத்து

சரியாகச் சொன்னால் தமிழ்நாட்டில் மொழிப்போர் தினம் அனுசரிக்கப்பட வேண்டிய நாள் ஜனவரி 15; மாறாக 25 அல்ல.

இந்த மாநிலத்தில் இந்தித் திணிப்பை எதிர்த்து நடந்த கிளர்ச்சிகள் இரண்டு நிலைகளைக் கொண்டது. பொதுவாக 1965களில் நடந்த இரண்டாம் நிலைப் போராட்டங்களைத்தான் ஊடகங்கள் அதிகமாகப் பேசியிருக்கின்றன. ஆனால் அதற்கு முன்பே 1938ஆம் ஆண்டில்தான் இந்த மாநிலம் இந்தித் திணிப்பிற்கு எதிராகத் தன் முதல் எழுச்சியைக் கண்டது.

1938ஆம் ஆண்டு அன்றைய காங்கிரஸ் முதலமைச்சராக இருந்த ராஜாஜி இந்திப் பாடத்தைப் பள்ளிக்கூடங்களில் கட்டாயமாக்கும் சட்டத்தை நிறைவேற்றினார்.

சுயமரியாதையுள்ள தமிழர்கள் கொதித்துப் போனார்கள். அங்கங்கே கொந்தளிப்புகள் இருந்தாலும் அரசாங்கத்திற்கு எதிராக யார் முதலில் குரல் எழுப்புவது என்கிற தயக்கம் இருந்தது.

அத்தகைய சூழலில் அதிகம் கொதித்துப் போன ஆதித் தமிழர்கள் (ஆதித் திராவிடர்கள்) போராட்டத்தை முன்னெடுத்துச் செல்லத் துணிந்தனர்.

பெரியாரின் வழியில் அன்னை மீனம்பாளும் தந்தை சிவராஜும் போராட்டங்களை ஆரம்பித்துத்

தலைமை தாங்கி வழிநடத்த ஆரம்பித்தனர். இவர்களின் பின்னால் இந்தி எதிர்ப்பு போரில் பல தலித் இளைஞர்கள் கலந்துகொண்டு சிறைசென்றனர்.

இதைக் குறித்து அப்போதைய சட்டமன்ற உறுப்பினர் டாக்டர் சுப்பராயன் சொன்னது: "ஒழுங்காகச் சாப்பாடு கிடைக்கும் என்பதால் பல ஹரிசனங்கள் கைதாகியுள்ளார்கள்".

ராஜாஜி உதிர்த்த முத்து: "அற்பக்கூலிக்கு அமர்த்தப்பட்ட கூலிகள்"

இவ்வாறாகப் போராட்டத்தில் பங்கேற்ற தலித்துகளை அசிங்கப்படுத்தினார்கள்.

சென்னையின் பூர்வகுடியான நடராசன் என்கிற மாணவர் வடசென்னை சார்பாகப் போராட்டத்தை முன்னெடுத்துச் சென்று கைது செய்யப்பட்டார்.

மன்னிப்புக் கடிதம் எழுதி கொடுத்தால் விடுதலை என்கிற நிபந்தனையை உதறித் தள்ளினார்.

சிறையிலேயே கொடூரம் தாங்காமல் 1939, ஜனவரி, 15இல் மரணமடைந்தார் நடராசன்.

மொழிப்போரில் மரணமடைந்த முதல் தியாகி அய்யா நடராசன்.

அவருக்கு பின் அதேபோல் சிறைக்குச் சென்று மூன்று மாதங்கள் கழித்து உயிரை நீத்த தியாகி அய்யாதாளமுத்து.

இதில் தாளமுத்து வேறு, நடராசன் என்பவர் வேறு.

ஆனால் இன்றைய இளம் வயதினர் பலருக்கும் தாளமுத்து நடராசன் என்பது ஒரே ஆள் என்கிற ஒரு நினைப்பு இருக்கிறது.

இது நினைப்பு மட்டும் அல்ல இது அரசியல் கட்டமைத்த ஒரு பிம்பமும்கூட.

நடராசரைப் பின்னுக்குத் தள்ளியது ஒருவகை அரசியல்.

நடராசன், தாளமுத்து இவர்கள் இருவரையும் பின்னுக்குத் தள்ளித் தமிழ்த் தாத்தா, தமிழ் மாமா என்று இன்னொரு வகையினரை முன்னுக்குத் தள்ளியது இன்னொரு மகா அரசியல்.

ஒரு சிறு அரசியல்வாதியின் தந்திரத்தை மிஞ்ச ஒரு பெரு அரசியல்வாதி தயாராக இருக்கிறான்.

ஒரு சமூகத்தின் முயற்சிகளை, முன்னெடுப்புகளை மறுதலிப்பதன் மூலம் அந்தச் சமூகத்தை ஒன்றுக்கும் உதவாதவர்கள்போல் சித்தரித்தது எந்த அரசியல் என்பதை என்னால் மறக்க இயலவில்லை.

மொழிப்போரும் தலித் எழுச்சிதான்.

தலித்தியம் என்பது இதுபோன்று மறைக்கப்பட்ட உண்மைகளை வெளிக்கொணருவதுதானே ஒழிய சமூகம் பொய்யாகக் கட்டமைப்பது போல் சாதி வெறி அல்ல.

54

யார் சிறந்த தலைவர்?

ஸ்டாலின், தினகரன், திருமா, சீமான், திருமுருகன் காந்தி – இவர்களில் யார் சிறந்த தலைவர்?

யார் சிறந்த தலைவர் என்று தீர்மானிப்பது அவர்கள் அல்ல; அவர்களைப் பின்தொடரு பவர்கள்தான்.

இந்திய ஒரு ஜனநாயக நாடு. இங்கே நடைபெறுவது ஜனநாயக அடிப்படையிலான தேர்வுமுறை. யார் எங்கு போட்டி போட்டாலும், யார் கட்சி ஆரம்பித்தாலும் சரி இங்கே ஒரு சராசரித் தொண்டன்தான் தீர்மானிக்கிறான். அவனை யார் வழிநடத்தப் போவது என்று, அவனை யார் ஆளப்போவது என்று.

ஒரு பயனுள்ள சிறந்த தலைவன் அமைவது அவனின் கொள்கைகள், அறிவுத்திறன், சுயநல மின்மை ஆகியவற்றுடன் மிக மிக முக்கியமாக அவன் தொண்டர்களைப் பொறுத்ததுதான்.

நல்ல தொண்டர்கள் எப்படி இருக்க வேண்டும்?

தலைவனைவிட அவன் கொள்கைகளை அதிகம் அறிந்தவர்களாகவும், தலைவனின் அறிவாற்றல், குற்றப் பின்னணிகள், கொள்கை மாறுதல்கள் ஆகியவற்றை அறிந்தவர்களாய் இருக்க வேண்டும். தலைவனின் நிறை குறைகளைத் தெளிந்தவர்களாய் இருத்தல் வேண்டும். தைரியசாலிகளாய் இருக்க வேண்டும்.

இப்படிப்பட்ட நல்ல தொண்டர்களே பெரியாரை உருவாக்கினார்கள், அண்ணாவை உருவாக்கினார்கள், கலைஞரை உருவாக்கினார்கள், காமராஜரை உருவாக்கினார்கள்.

திராவிட இயக்கத் தொண்டர்கள் விவரமறிந்தவர்கள். விழிப்புணர்வு கொண்டவர்கள். தங்கள் தலைவர்கள் தவறிழைத்தபோது அவர்களைத் துணிவோடு கேள்வி கேட்டார்கள். தலைவர்களைச் சிறப்பாக இயங்க வைத்தார்கள்.

இன்றுகூட நானும் எனக்குத் தெரிந்தவர்களும் நாங்கள் ஆதரிக்கும் கட்சிகள் தவறிழைக்கும்போது எங்கள் தலைவர்களைக் கேள்வி கேட்கிறோம். அவர்களை மிரட்டி விடுகிறோம்.

ஆனால்...

இப்பொழுது சில புதிய தலைவர்களை, குறிப்பாக தமிழ் தேசியம் பேசும் தலைவர்களை ஆதரிக்கும் தொண்டர்கள் எப்படி இருக்கிறார்கள்?

இவர்கள் இவர்களின் தலைவர்களை மனிதர்களாக அல்ல; கடவுள்களாக, கடவுள்களின் அவதாரமாகப் பார்க்கிறார்கள்.

வழிபடுகிறார்கள். அந்த தெய்வங்களும் தாங்களும் அப்படியே என்று நம்ப ஆரம்பிக்கிறார்கள்.

இந்த நவீன யுகத்துத் தொண்டர்கள் அதிகம் படித்திருக்கிறார்கள், IT கம்பனிகளில் வேலை செய்கிறார்கள். ஆனால் ஆதர்ச நாயகர்களான தங்கள் தலைவர்களைக் கேள்வி கேட்கும் தைரியமோ, அவர்கள் கொள்கை தவறிப் போகும் போது அதைக் கண்டுபிடிக்கும் அறிவோ இம்மியளவுகூட இல்லாமல் சுற்றிக்கொண்டிருக்கிறார்கள்.

இவர்களைப் பொறுத்தவரை இவர்களின் அண்ணன் சொன்னதே வாக்கு, இவர்கள் தோழர் சொன்னதே உண்மை. அது உண்மையா, பொய்யா என்றுகூட ஆராய்ந்து பார்க்கும் திறனை இழந்தவர்களாய் இருக்கிறார்கள்.

அவர்கள் கைகாட்டும் மனிதர்களைப் புனிதர்களாகவும், அவர்கள் திட்டும் மனிதர்களைத் தமிழினத் துரோகிகளாகவும் சட்டென ஒத்துக்கொள்கிறார்கள். அதிலிருக்கும் உண்மைகளை, ஆதாரங்களை அறிய அவர்கள் முற்படுவதில்லை.

மாடுகள் முதலாளி இழுத்துக்கொண்டுபோகும் இடமெல்லாம் கேள்வி கேட்காமல் போகும். கழனி நீருக்காக முதலாளி சொன்னதிற்கெல்லாம் தலையாட்டும். அது மாடு.

வடசென்னைக்காரி

ஆனால் இவர்களோ மனிதர்களாக இருந்தபோதும் ஆறாம் அறிவைப் புறந்தள்ளிவிட்டு அந்த மாட்டைப் போல் தங்களின் உணர்ச்சிக்கு, ரத்தத்தின் சூட்டிற்குத் தீனிபோடும் நரம்பு புடைக்கும் பேச்சாற்றலுக்கு ஈர்க்கப்பட்டு மாடாகவே மாறி விடுகிறார்கள். கண்களில் நரம்பு துடிக்கப் பேசினால் போதும், கருப்புச் சட்டை போட்டால் போதும், ஐந்து வார்த்தைக்கு ஒரு வார்த்தை “தமிழர்கள்” “தமிழர்கள்” என்று முழங்கினால் போதும். அவர்களின் கொள்கை என்ன, அவர்களின் பின்னணி என்ன, அவர்களுக்கு உண்மையிலேயே சமூகநீதி அறிவிருக்கிறதா என்று பார்க்காமல் அவர்களை அப்படியே பின்பற்ற ஆரம்பித்துவிடுகிறார்கள்.

எழுச்சிமிகு வசனத்தை அஜித், விஜய், விஷால்கூடப் பேசி விடுகிறார்கள், உடனே அவர்களை நம்பிப் போய்விடலாமா? அவர்களின் கருத்தியல் என்னவென்று பார்க்க வேண்டாமா? இந்த நடிகர்களைப் போலத்தான் சில தலைவர்கள் இருக்கிறார்கள். நடிகர்களின் வெறிபிடித்த ரசிகர்களைப் போலத்தான் இந்தத் தலைவர்களின் தொண்டர்களும் நடந்துகொள்கிறார்கள். இரண்டிற்கும் வித்தியாசமே இல்லை.

இவர்களுக்கெல்லாம் தமிழ்நாட்டின் வரலாறு தெரியாது, சமூகநீதி தெரியாது, ஆறாம் அறிவை உபயோகிக்கத் தெரியாது, புத்தக வாசிப்பு கிடையாது. இவர்கள் தங்கள் தலைவர்கள் சொன்னதைச் சொல்லும் கிளிப்பிள்ளைகள். அவ்வளவேதான். ரோபோக்கள் மாதிரி.

நாளை தலைவர் நரம்பு புடைக்கப் பேசித் துப்பாக்கி எடுத்துச் சுற்றி உள்ளவர்களைச் சுடச் சொன்னால் செய்வார்கள். ஹிட்லரின் மக்களும் இதைதான் செய்தார்கள். தங்களை உயர்ந்த இனமாய் நினைத்துக்கொண்டார்கள், அப்பாவி மக்களைக் கொன்று குவித்தார்கள். உணர்ச்சியைக் கிளப்பிவிட்டால் போதும்; எது சரி எது தவறு என்று பகுப்பாயத் தெரியாதவர்கள் இவர்கள்.

இவர்கள் இப்பொழுது என்னைத் திருப்பி கேட்கலாம். நீங்கள் பெரியாரைத் தூக்கி வைத்து ஆடுகிறீர்களே? அது இதில் சேராதா என்று.

பெரியாரின் உண்மைத் தொண்டர்கள் (இப்பொழுது குதித்துக்கொண்டிருக்கும் முகநூல் அரைவேக்காடு பெரியாரிஸ்டுகள் தவிர) அவரைப் படிக்காமல், பலவருடம் உள்வாங்காமல், அவரின் கருத்தியல் கொள்கைகளை ஆராயாமல் ஏற்றுக்கொண்டவர்கள் அல்ல.

இவர்கள் பல வருடமாய் பெரியாரின் எழுத்துகளைப் படித்தும், அவரின் கொள்கைகள்பால் ஈர்க்கப்பட்டும் அவரை ஏற்றுக்கொண்டவர்கள். பெரியார் பேசியது எல்லாம் முழுக்க முழுக்க பகுத்தறிவு, சமூகநீதி. அது உலகம் முழுவதும் ஒன்று தான். அதில் மாற்றுக் கருத்துக்கு இடமே இல்லை. அதை ஏற்றுக்கொண்டுதான் ஆக வேண்டும்.

பெரியாரின் எழுத்துகளை, கருத்தியல்களை உலகத்தில் புகழ்பெற்ற மானுடவியலாளர்கள், உளவியல் நிபுணர்கள், மனித உரிமை காப்பாளர்கள் யாரிடமும் காட்டினாலும் அவர்கள் பெரியார் சொன்னதைச் சரி என்றே சொல்லுவார்கள். இதே உங்கள் அண்ணன், தோழர் என்று நீங்கள் வழிபடும் மனிதர்களை *analyze* செய்யச் சொல்லிப் பாருங்கள். அதிர்ச்சிக்குள்ளாவீர்கள்.

ஆனால் பெரியாரிடம் கருத்து வேறுபாடு கொண்டுதான் அண்ணா சென்றார். இன்னும் பல தலைவர்களிடம் ஏன் ஜெயலலிதாவிடம்கூடக் குறை கண்டுபிடித்து வெளியேறி யவர்கள் உண்டு. அதற்கான *space* அவர்களுக்கு அவர்களின் தலைவர்களிடமிருந்து கிடைத்தது.

ஆனால் உங்கள் தலைவர்கள் உங்களைத் தொண்டர் களாகக்கூட இல்லை, மாடுகளை விட கேவலமானவர்களாய் நினைத்துக்கொண்டிருக்கிறார்கள் என்பது அவர்கள் கொள்கைப் பிடிப்பில்லாமல், மாற்றி மாற்றிப் பேசி, சமூகநீதிக்கு எதிராய் செயல்படுவதிலிருந்தே தெரிகிறது. உங்களை அவர்கள் முட்டாள்களாய் நினைக்கிறார்கள். உங்கள் அறியாமைதான் அவர்களின் மூலதனமே.

முதலில் நீங்கள் நல்ல தொண்டர்களாக உருவாகுங்கள். தொண்டர்களாகிய நீங்கள் தலைமைப் பண்புகளை உருவாக்கிக்கொள்ளும் போதுதான் உங்களால் நல்ல தலைவர்களைத் தேடிக்கொள்ளவும் முடியும்.